Tranh thi nhân Lý Bạch do Họa sĩ Lu Yong An vẽ tặng người bạn thân tình Phạm Vũ, trong thời gian cùng ở Paris, thập niên 70's.

Bức họa này được Yong An phóng bút vẽ trong "chớp mắt" trước mặt Phạm Vũ, đã khiến thi sĩ ngẩn ngơ trước tài năng người họa sĩ này.

thơ toàn tập
Phạm Vũ

THƠ TOÀN TẬP

- Yêu Yêu *(tập I)*
- Giấc Mộng Đời *(tập II)*
  (trường thiên lục bát)
- Mắt Tình *(tập III)*
- Hố Tình *(tập IV)*
- Thơ ở Mỹ *(tập V)*

PHẠM VŨ

Tranh *Lý Bạch*, trang 2: Họa sĩ Lu Yong An
Tranh bìa và tranh minh họa: Họa sĩ Đinh Trường Chinh
Dàn trang & lập bìa: Lê Giang Trần

Nhà Xuất Bản / Phát hành: SỐNG - 2025
Hợp tác phát hành: Amazon.com

Ấn hành lần thứ nhất 2025 tại Hoa Kỳ

ISBN # 979-8-2954-2864-7
E-mail tác giả: phamvu9@gmail.com

PHẠM VŨ

Yêu Yêu
Thơ Toàn Tập

thập niên 70's - 90's

Nhà Xuất Bản SỐNG
Amazon.com
2025

TÁC GIẢ

(Hình chụp thời sinh viên du học, Bỉ quốc, 1971)

Tên thật: PHẠM HÙNG

Bút hiệu: PHẠM VŨ

Sinh năm 1952 tại Hà Nội

Hiện cư ngụ tại Laguna Hill, California

Vì Em mà viết

Vì Anh mà thành

Quanh năm cơm tháng cuộc tình

Vì Ta hết sẩy

Chúng mình khó khăn!

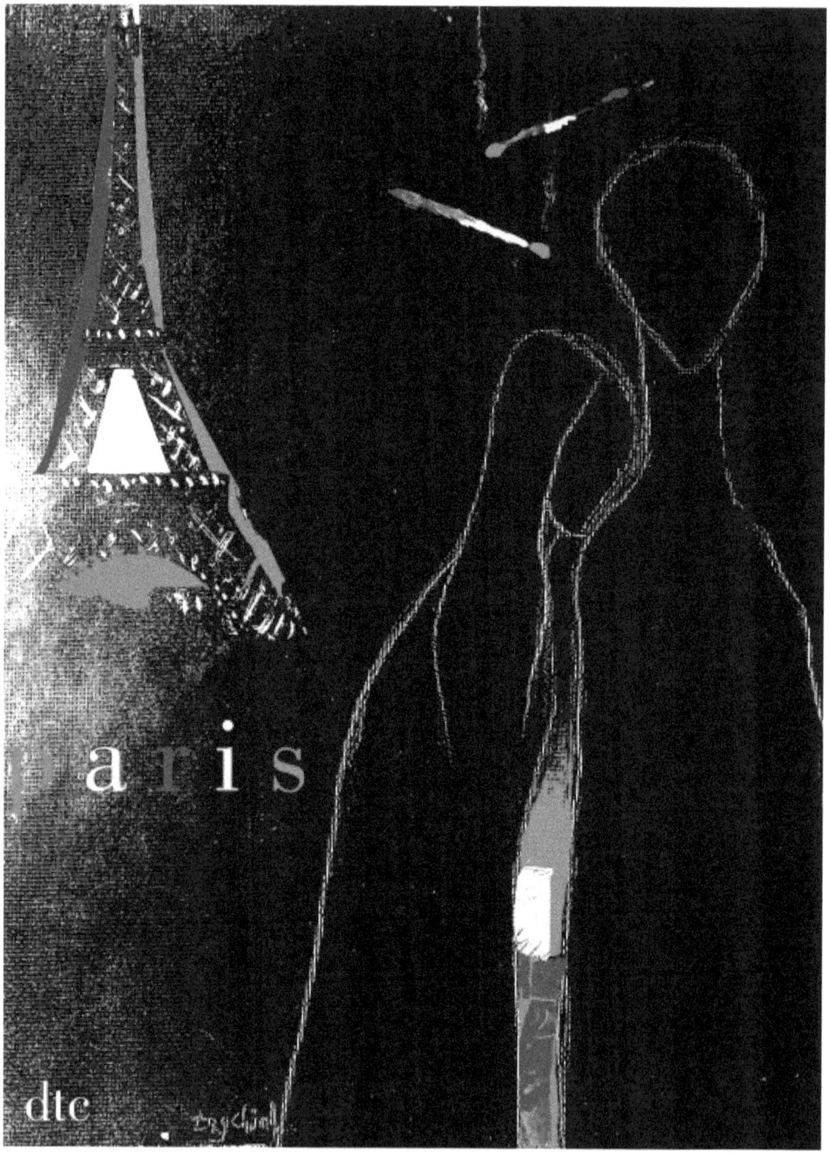

Tranh Đinh Trường Chinh

PHẠM VŨ

Yêu Yêu

thơ 1970-80
Saigon - Paris

Thi Tập I

Chàng sinh viên Phạm Vũ thời du học BỈ quốc

GIỚI THIỆU

Thời 75 Của Chúng Tôi

TRẦN ĐÌNH THỤC

Yêu Yêu không hẳn là một tập thơ tình, hiểu theo nghĩa của một chuyện tình giữa hai người trai gái, nhưng ranh giới, nếu có, lẩn quất trong mối tình phụ: "quê-hương."

Giống như Phạm Vũ nói: *Tu es mon pays, mon pays c'est toi.*

Có một số bài thơ, trong đó một vài địa danh (phần lớn là tại Bỉ) được nhắc nhở, nhưng nội dung chỉ xoay quanh *Em* và *Anh*, chưa thấy được cảnh sương mù luẩn khuất, chưa thấy lá vàng hiu quạnh trên ghế đá công cộng ven đường, chưa thấy ngọn gió dìu dịu đẩy hương cỏ khi đôi tình nhân ngả mình trên thảm xanh mùa Xuân...

Ngoài ra, thơ không cắt nghĩa, thơ không viết để làm lời nhạc, thơ lại càng không đi theo đường nào.

Thời 75 của chúng tôi là một thời điểm có một không hai, không êm đềm lơ thơ tiền chiến, cũng không gió mát trăng thanh thời trước 68. Bạn của Vũ, một người bạn ra trường năm 75, đứng tán gẫu với Vũ xong, leo lên sân thượng Đại-học Liège nhảy xuống đất.

Tuần sau về lại Paris, một người bạn khác ở Bruxelles, có hai mảnh bằng tú tài đều tối-ưu, gọi cho Vũ từ Bỉ, bảo *"mày qua đón tao về Paris, chán quá rồi,"* rồi cúp Điện-thoại. 15 phút sau, một giọng bà đầm lắp bắp bên kia đầu dây điện thoại, *"Je suis désolée Monsieur, M, Đại vient de se jeter par la fenêtre."*

Yêu Yêu viết về *Tình* như thế.

Âm hưởng giọng một bạn khác, sống sót trận đồi Máu, Lam sơn 719, được cho về phép vì mất kính cận, không về nhà mà chạy tới Vũ, vứt toẹt balô còn dính máu trước cổng, đập cửa réo to, *"Hùng ơi, tao về rồi nè mày, tao về được rồi nè mày..."*

TRẦN ĐÌNH THỤC

2015-07-20

Mở

Ngày tháng Hạ
ôm đời lên dốc đá
Giũ phong trần
mà ngủ giấc ê a
Em có biết?
Hay thì,
Em đừng biết
Giữa cuộc đời,
Ta có những…
Mình Ta!

Paris, Hạ 75

YÊU YÊU có được vì Tôi và Em
và hình thành hôm nay nhờ các bạn:
Hải Sa, Tường Linh, Thắng,
Trần Quảng Nam, Minh Nguyệt.

Phạm Vũ đứng nhìn, cảm động.

21-09-2002
và ấn hành vào mùa thu 2017

và tái bản trong THƠ TOÀN TẬP
vào mùa thu 2025

NHẬP

Rồi cũng phải xong một tập thơ.

YÊU YÊU, bắt đầu từ mùa Đông xa nhà 71 du học và chấm dứt 80, sửa soạn rời Paris đi Mỹ.

Tháng Chín
Thơ cũng đã chín như lòng anh đỏ rực mộng đời
Những dòng chữ cái chữ con quẩn quanh phố thị

Em, mẫu tự dễ thương, êm ái nhất
và cũng ngặt ngoèo nhất của ngôn từ Việt ngữ.
Và anh loanh quanh chất ngất trong vần điệu ngày qua.

Tập thơ đầu đời, vụng về trong năm tháng sinh viên mộng mị, nghiêng ngả thời cuộc và bấp bênh giữa hai miền Nam Bắc, lẩn quẩn ở hai đầu Đông Tây.

Ngày hôm nay,
Phạm Vũ nhất định mang ra trình làng, chấm dứt 20 năm chập chờn mộng ước.

NỘI TÌNH NGOẠI TÌNH

Một nhịp đời bập bùng trăm nét
Một người thương để ghét người thương
Trông ra nhộn nhịp phố phường
Ngó vào nhân thế đoạn trường loanh quanh

Đã là những đam mê địa chấn
Có là hằng âu yếm ngân vang
Xem ta: một cõi ngang tàng
Bước vào lại thấy ngổn ngang mối tình

Nhớ nhung vẫn thình lình vó ngựa
Chạy vào đời bằng cựa sắc dao
Tình trong: Ngoài đã lao xao
Tình ngoài: Trong đã đỉnh đau điếng người

Trong hạnh phúc ngôn từ chới với
Dưới khổ đau chữ nghĩa tơi bời
Ta em còn lại một nơi
Thi Ca để nhớ một thời nên thơ

*

Viết lần này, như một lần tạ tội với Paris, cái nôi đầu đời của thi ca ngày mới lớn.

Viết tại San José
21-09-2002
PHẠM VŨ

Tranh Đinh Trường Chinh

CƠN ĐAU

Ta nhìn Em
Trong đôi mắt xanh nâu
Để chợt thấy cả một màu tuyết sâu
Phớt nhẹ về phủ lên hồn, man mác!
Từ đấy về sau vẹn nỗi này
Sông Meuse buồn lặng lẽ lững lờ trôi
Parc d'Avroy chiếc lá cuối cùng rơi
Khi Spa chết trên tình Ta băng hoại!

Paris, 19/12/73

Dở Dang

Dở dang,
Dang dở cuộc này
Mộng mơ đã mất thơ ngây dạo nào.

Chỉ còn lại xác thân khật khưỡng
Thiên tài về ngất ngưởng đôi chân
Bước vào câu chuyện xa gần
Để nghe Em nói,
Bụi ngầm dấy lên!

Cho mắt chớp long lanh biết thẹn
Anh đứng nhìn trố mắt say men
Thương yêu dừng lại làm quen
Si mê lóng cóng lại quên… tỏ tình!

Cũng là cái chuyện chúng mình
Tim anh hớt hãi, chữ tìm không ra!
Đành xa Em, rong chơi nghiêng ngả
Cả cuộc này mệt lả từ tâm?

Thôi!
Về ngủ trọ duyên Em
Quanh năm cơm tháng no mềm tình nhau.

Cho trăng mãi to tròn con mắt
Chứa chan tình chất ngất yêu đương.
Quyết!
Kỳ này nói cho xong.
Nhìn Em,
Thôi lại… cà lăm mất rồi!!!

Nợ Thu

Lại mùa Thu nữa
qua rồi!
Ta
vẫn ngồi nhớ Em:

Nhớ từ vườn lá Lục Xâm
Nhớ từ 'Boul' 'Mich' âm thầm lá bay.
Nên ngồi mà mắt say say
Em từ chốn ấy có hay
Đông về?

Sông Seine? vẫn đấy câu thề
Nhưng dòng nước
cuốn phu thê... mất rồi!

Để Anh
ngồi đếm người đời
Trong da thịt phố
Tìm hơi người tình!

Hai bàn tay
Góp vô tình
Ném vào phố chợ
Mong hình bóng phai!

Theo ngàn chiếc lá vàng rơi
Cuốn thành cơn lốc mù khơi tháng ngày
Lá rơi dạo ấy hôm này
Lá rơi rơi mãi Em tày Thiên Thu
Nên mùa Thu nữa âm u
Thiếu Em
Những mấy mùa Thu…
Chật đời!

Sorbone, Thu 73

Trăm Năm

nhớ chữ quốc ngữ VNCH

Em cho Ta cuộc tình hết sẩy
Anh không người, sức mấy đam mê!
hương Em, mệt nghỉ ước nguyền
Cho năm tháng nhạt ưu phiền… một khi!

Tương tư Em
tiếng "thề đi"
Anh về cũng nói
"Thề đi, thiệt mà!"
Nhớ Em,
lòng bỗng thật thà:
Nhìn Em
giầy vướng duyên tơ… Vỡ đầu!

Kiếp này,
Kiếp trước
Kiếp sau
Kịp thương
Kịp nhớ
Kịp yêu
Kịp thời!
Kẻo mai mốt nữa
ra đời
Ta
Em
không lẽ xa vời
vẫy nhau?

Trăm năm trong cõi sầu đau
Có nhau ta chấp mưa mau tháng ngày
Trăm năm trong cõi trần này
Giữ nhau? Còn cả mê say kia mà!
Trăm năm trong cõi ta bà
Tình yêu định mệnh? Nghĩa là… đôi ta!

Trăm năm trước, của Mẹ Cha
Trăm năm sau, của con ta… chúng mình!
Trăm năm này của điêu linh
Nên yêu nhau thật hết mình nhé Em!

Cho trăm năm "lão bách niên"
Hết than dĩ vãng, thôi mềm đau thương.
Trăm năm đang dở cuộc đường
Em về bên cạnh
Điên cuồng nhân gian!

Paris, Đông 80 Rớt trên thác Coo tan tác

EM CỨ KHÓC ĐI!

Em cứ cúi xuống đi
Cho buồn sâu trong mắt
Cho bụi vướng bờ mi
Cho lòng anh xanh ngắt!

Chuyện Đất Nước hôm xa
Hay chuyện Đời trước mặt
Cũng là chuyện kinh qua
Có gì đâu hiu hắt?

Mà Em ngồi trong gió
Để cụm khói mong manh
Vương hai hàng thương nhớ
Trên dặm nhỏ ngày xanh

Mà Em ngồi Em khóc
Để gió nhẹ qua mi
Lay lay từng sợi tóc
Ta bước, ngậm ngùi đi!

Paris, Đông 75

Cách Ngăn

Anh đang về trời mưa!
Rơi khối buồn tỉnh lẻ
Những bong bóng nặng nề
Vỡ tan lòng phố xưa.

Anh đi qua dòng sông
Sông vật vờ trong mơ
Sông quanh co nỗi nhớ
Đầy một lòng mênh mông.

Chiếc cầu son sắc cũ
Nối mãi bên bờ đây
Mưa đã rớt trên tay
Đầy một vùng mê say.

Bóng tối ướt mặt mày
Đứa sinh viên vong quốc!
Thơ ngại ngùng chân bước
Sách vô nghĩa chiều nay

Nên thơ còn ngóng đợi
Thơ đầy cơn miên man
Nên đầy như cuộc đời
Cuộc đời như ly rượu

Rót để phần tình nhân
Trời mưa mà... cách ngăn.

Orsay, Hạ 77

Thương Ơi! Bụi Nồng

Một thoáng say men
Anh ngồi thấy Em
Trên muôn phiến lá
Tin yêu muôn thuở
Tha thiết mây ngàn
Da diết lòng Ta

Nhưng Em chuyện cũ
Sánh những vu vơ
Cho năm tháng úa
Như lá mùa Thu
Em ngồi ủ rũ
Trách chuyện sao không
Như Em vừa ý
Làm gió ngỡ ngàng
Làm Ta lang thang

Chuyện đời cây cỏ
Em đã vô tình
Mộng đổ trong mình
Bụi đỏ ngoài sân

Anh gạt mùa Xuân
Ra ngoài tuổi trẻ
Mang bồ chữ nhỏ
Giấu vạt áo Jean
Về ôm tỉnh lẻ

Orsay ngẩn ngơ
Ngày Ta cúi xuống
Nhặt lá vàng khô
Chép chuyện Quê hương
Từ giờ dang dở!

Ngoại ô Paris, 4/10/77

Nếu Mai Em Lấy Chồng

Nếu mai Em lấy chồng?
Ta sẽ tặng cho Em
Một bông hồng màu trắng
Đã phai nhạt hương đêm
Vừa rơi hết nhụy nồng!

Vì mai Em lấy chồng
Cây không còn xanh lá
Mây có chết trong Ta
Vẫn về chiều tàn tạ
Ươm hồng nụ trong thơ
Để người xưa cuối Hạ
Bé nhỏ mãi trong Ta!

Tình xa như pháo đỏ
Tan nát dưới gót hài
Sẽ rơi vài vụn nhỏ
Vương ở ngưỡng nhà ai

Em về không còn thấy
Phố vui như độ nào
Vì yêu thương còn mãi
Ở trên tận đỉnh đau!

Mai Em về với chồng
Chim sẽ rũ cánh bay
Về rừng sâu thung lũng
Mà nói nhỏ cho mây
Rằng Ta còn đau nặng
Cho đến cạn kiếp người

Cuộc đó có mấy mươi,
Riêng có tiếng Em cười!

Ngoại ô Paris, Parc des Sceaux, Đông77

Mỏi Mệt

Cảm câu thơ viết ngược trên vách
Institut Franco-Vietnamien:
"Ta đã yêu em.Thế còn em?"
Paris, Tết 1974

Này cô bé,
Có bao giờ Em nhớ
Một hôm nào Ta lặng lẽ nhìn Em
Cho quạnh vắng lên men nồng âu yếm
Lóng lánh vàng như nụ ướm cành mơ?

Em xanh mát xui mây trời ngơ ngác
Đánh má hồng cho bụi quấn mây bay
Mưa tha thiết mong Em mềm nhan sắc
Trôi phấn buồn qua kẽ nhớ bàn tay.

Rồi thì đấy nhé, hồn như sống lại
Phút giây này cùng lịch sử ngồi im
Nghe đắm đuối vì Anh liều lĩnh hỏi:
"Ta đã yêu Em đấy! Thế còn Em?"

Em xào xạc lời yêu qua kẽ lá
Rẽ ngôi hoài từng sợi nắng miên man
Em nghiêng bóng trên mặt Hồ-lơi-lả
Soi hồn nhiên.
Làm năm tháng ngỡ ngàng!
Cây ngao ngán trơ bàn tay mỏi mệt
So ngón dài trên khoảng tóc hoang liêu
Dỗ cô đơn.
Em ơi, hay đừng biết,
Một lần nào rồi cũng thế mà thôi!

Bướm Đen Bướm Trắng

Ngoài đồng nội, hoa vàng bướm trắng
Tóc mai ngà ấp ủ bàn tay
Mai Anh về giữa phố này
Tìm mây trắng ở nhà ai cuối đường.

Mắt Em đen đêm trường cuồng nộ
Tóc Em dài ngày rộ đam mê
Quê hương chiến cuộc nặng thề
Xa Em du học, não nề phân ly.

Nhờ mây nước mang về chốn cũ
Bàn tay thư ấp ủ cuộc tình
Đầu xanh, tâm úa đôi mình
Nhớ thương chóng mặt đôi kim tháng ngày

Mặc muôn dặm sông hồ ngăn lối
Anh bên này tìm với người xưa
Được tin phố cũ tan rồi
Có cơn đại pháo vỡ người… lẫn tôi!

Để một lần Em nằm xuống đất
Xoãi tay gầy lỡ giấc trăm năm
Ngoài kia gió buốt âm thầm
Bướm đen, Tóc bạc
Thương thân cuộc tình!

cảm 52 lá thư cho một người đã mất,
tặng Tâm-Đảo, Liège 76

Dư Hương

Tặng bạn bè du học tại Liège 71-73

Mùa Đông tới khi tình Anh tròn tuổi
Vắng xa đời trong bóng tối Paris
Nghe xao xác lá vàng nào chới với
Giữa sông Seine cho ngập nỗi tình ly.

Ta xa Em
Guillemins lạc lõng
Cuối cuộc tình rời rã chuyến tàu đêm
Còi xé rách ân tình xưa còn đọng
Trên môi người
Cho thương tiếc dài thêm!

Liège thoáng mờ xa cơn mưa bụi
Namur rồi mất hút dáng người thương
Charleroi còn tiếc nuối vấn vương
Cho một sáng Quentin kia thêm tủi.

Còn có đó Waterloo kỷ niệm
Một lần nào Ta âu yếm dìu Em
Trên quãng vắng Bruxelles còn choáng váng
Nụ hôn đầu cho ngây ngất màn đêm.

Rồi Em nhỉ, chắc lòng Anh hóa đá
Như một lần trong vườn thú Anvers
Em hờn Anh như trăm lần Em đã
Nguýt yêu nhau cho mây xám... chợt về!

Louvain ơi! Xin giữ chút tin yêu
Vào Thượng-Đế hôm nay còn sót lại
Khi đắm đuối tôi nhìn Em tê tái
Cầu xin người cho vẹn nghĩa thương nhau!

Nhưng Maastrich chiều Hạ về bỗng thấy
Hạnh phúc mình theo gió vút tầm tay
Chuyện Quê hương pha lòng Anh băng giá
Gom chuyện mình thành huyền thoại xa bay.

Đất nước khổ, tóc vàng không cảm xúc
Ngậm môi cười, tình nội-ngoại dằng co
Để mùa Thu khóc chiếc lá âm u
Vào một sáng khi Ta về đến Brugges.

Thì chờ gì nữa Oostende lồng lộng
Vỗ sóng về xóa dấu bước chân kiêu
Cho sỏi đá xót thương lòng biển rộng
Thoảng thì thầm đâu đó tiếng người yêu.

Tình Hỏi

Bao tháng dài ngày tận
Mây vời trông cố quận
Biết không cố nhân ơi,
Tim Ta đập lại rồi!

Dù đời mới quen thôi
Nhưng tình thiên thu đã!
Dù Ta ân tình vội,
Nhưng lòng tự bao giờ!

Trong Anh tim chan chứa
Nhìn ngây ngất thênh thang
Trời Đất đã giao mùa
Nỗi nhớ càng miên man!

Tình Anh tình biển đấy Sóng cả...
Mãi bạc đầu! Em là ai kia nhỉ
Đời có biết cho chăng? Mách Ta,
Hồn gọi nhắng: "À ra thế,
Ra thì.........!"

Vút Bay

Trời Đông trót buông mình trên quãng vắng
Ướp môi người bằng tuyết trắng tung bay
Mây mù sương trong ánh mắt, Ta say!
Đếm yêu thương bằng tương lai ngày tháng.
Mê say ấy lồng khung Em thần thánh
Thần tượng ngà trong tim óc tình Anh
Nhưng thời gian gặm mòn cơn mộng ngắn
Nhạt dung nhan tà áo lụa thiên thanh
Anh ao ước trên trời xanh tinh tú
Long lanh hoài cho lóng lánh bờ mi
Để khói thuốc Ta gần Em thủ thỉ
Lãng đãng cười khỏa lấp chuyện ưu tư.

Trăng lối cũ dù sao không còn nữa
Tuổi ân tình xao xuyến chuyện hư vô
Khi phố nhỏ dậy thì bên khung cửa
Đã nghe đời nứt nẻ mộng pha lê.
Anh cúi xuống trên bờ môi vô vị
Cạn đắng sầu nhung nhớ của chia ly
Còn gì nói khi người yêu đã hết
Nước mắt buồn thương nhớ kẻ ra đi!

trên đường từ Amsterdam đi Berlin, 29/12/72

TỎ TÌNH

Em hãy ngước mắt xem
Hàng cây đang trước ngõ
Mọc lá mời ngày lên
Trên cành cao âu yếm

Rồi thì Em sẽ thấy
Anh luôn cạnh người thôi
Nhìn Anh như không mấy
Nhưng tim Anh thật gần!

Vì đêm
Yêu thương đấy
Vẫn gửi gió cho mây
Ươm lòng ai bát ngát
Mong cho tình thật đầy!

Vì ngày
Ta ôm mộng
Vui cụm đá mênh mông
Ở ven bờ biển rộng Em
có biết gì không?

Paris, Tết Tổng-hội, cuối Đông 76

SỢI TÓC

Có sợi tóc dài
Gấp lại làm đôi
Gói vào tình ấy
Đem gửi nhờ mây
Mang về chốn cũ
Nói nhỏ người xưa
Lòng Anh luôn mãi
Vạn mối tơ vương
Mai giữa phố phường
Có nhớ người thương

Ta ôm sợi… nắng!
Lòng có mang mang
Ru đời đổi mới
Anh sẽ cùng mời
Lên trên nỗi nhớ
Dã hạc xa khơi
Em vô tình ơi!
Gọi Em lần cuối
Trong cõi xa vời!

Bài này đêm viết cho Em
Vì ngày còn chóa
Hơi men cuộc tình

Đêm Tết Tổng Hội, 1977

Hai Mùa

Em đừng trách mùa Xuân
Không xanh nụ ân cần
Không vì hoa cảm nhận
Sao tình chẳng vị thân?

Em đừng trách Hạ về
Sao lảng chuyện phu thê
Ân đời như kể lể
Chuyện nắng chói bên hè?

Em đừng trách mùa Thu
Sao rét mướt âm u
Sao lá về ủ rũ
Lặng trên cỏ cần cù?

Em đừng trách mùa Đông
Khi chiều về lạnh trống
Mây lại đứng vời trông
Áo tiểu thư linh động?

Em đừng trách
Những mùa Thu Đông úa,
Xuân Hạ tàn,
Mà chẳng bảo gì nhau!

Cây còn ngả nghiêng đời,
Chi huống nữa
Trong tim Anh
Chỉ Mưa Nắng hai mùa!

Paris, 11/80

Thua Tình

Ta đốt tình nhân
Bằng hơi khói thuốc
Nên cụm vô ngần
Quyện mãi vào thân!

Ta dìm tình nhân
Trong hơi rượu quý
Thân một hai thân
Men bất khả phân!

Ta hâm tình nhân
Bằng lửa ân cần
Nên trà chợt nóng
Sốt bỏng châu thân!

Ta giam tình nhân
Trong vở học trò
Nên thơ lẩn thẩn
Ngớ nga ngớ ngẩn!

Ta quăng tình nhân
Vào trong bóng tối
Nhưng ngày nắng tới
Bóng lại theo hình!

Gửi trả tình nhân
Cho gió trời mây
Những ngày mưa lại
Ướt sũng tâm thần!

Nhắm mắt không nhìn
Tình nhân tưởng khuất
Lòng đâm chất ngất
Những mắt, môi, mình!

Ta xa tình nhân
Càng không nói năng
Không tỏ không rằng
Không nhìn không nhận
Không biết không quen
Không tìm không kiếm
Càng không nhớ chăng?
Tình nhân càng gần!

Neuilly, Pâques 78

CĂN CƯỚC

Hommage và Bùi Giáng

Dạ thưa Em,
Anh là sinh viên!
Học trường yêu
Muôn đời năm thứ nhất!

Dạ thưa Người,
Anh vốn liếng triền miên
Trong tư tưởng,
Hiểu chữ tình không hết!

Dạ thưa Em,
Anh phân khoa Thi sĩ
Làm thơ như đứng đấy đợi Em về!

Dạ thưa người,
Anh học rộng đôi khi
Tương tư thấy người yêu đầy trong vở!

Dạ thưa Em,
Anh học môn sinh ngữ
Mỗi một ngày tập dịch
Ý ra Từ!
Nhưng lắm hôm cố hiểu
Từ ra Ý
Là thêm lần khốn đốn ở tâm tư!
Nên mãi mãi tình Anh giàu khốn khổ
Nói năng nhiều cũng một chuyện mà thôi!
Mẹ không giảng cho ngôn từ bối rối
Em đâu hiền cho Anh vợi ngây ngô!

Dạ thưa Em,
Anh sinh viên du-học,
Nên cuộc đời học đại đã chuyên khoa!
Duy có mỗi chuyện quê hương, muốn khóc
Cấp bằng nào xanh lại hạnh phúc ta?

Trả lời câu *"Anh ở đâu? Con ai?*
Học trường gì? Năm thứ mấy?..."
Tặng các cô các bác quý mến.
Anh

Paris, 12/80

Tiếc Mộng

Ớ thị Bằng ơi!
Đã mất rồi.

Em ngồi đan cuộn gió Xuân hồng
Cho mây hờn mây chẳng chịu bay
Để Anh ngồi đợi trời mưa mãi
Hanh cả ngày xưa nắng mặn nồng!

Em đã đến người Em thơ sầu mộng
Rồi ra đi khi Thu đến trời mưa
Cho Anh ngỡ tình Anh đau phố vắng
Bới lá vàng tìm hơi hướm người xưa.

Nhạc ray rứt kỷ niệm xưa chợt thấy
Mưa khóc người trong bóng tối chiều nay
Còn sợi nhớ trắng dần trên mái tóc,
Có bóng ai đang nhảy múa cùng ai.

Còn có chút luyến lưu trong ánh mắt
Chút ân tình cay đắng, chút hương xưa
Anh ghi vội tình khúc xa, khuôn mặt
Đã có một lần say đắm chiều mưa.

Les Lilas, 11/11/73

Tình Trà

Độc ẩm thanh trà
Thủy chung đáo cuộc
Cô miên thân độc
Giai nhân vật vã!

Tình thuần tình nhất
Một tách một chung
Thương ngây thương ngất
Môi mắt vô cùng.

Băng tâm lạnh lùng
Độc thoại hư vô
Thân vô tứ cố
Nhân thêm... chập chùng!

Tình trẻ tình già
Miệng đắng miệng khà:
“Đời như ngưu ẩm
chung một bình trà!”

Phất phơ xiêm áo dừa tươi
Đẹp lòng mát dạ nụ cười riêng tư
Tình nồng nát cả thiên thư
Nhớ Em tố nữ, mít... thừ người ra!
Cắn vào xá lị mặn mà
Quê hương mùi vị? Thì ra... chúng mình!
Hồng hồng gò má Em xinh
Sầu riêng tà áo nghiêng mình làm quen.

Nhãn lồng mắt biếc say men
Nửa đêm thức giấc, lại quên... lối về!

Lạc vần

từ giã độc thân 76-78

Thôi thế thì thôi thì thôi thế,
Thì thôi thôi thế, thế thì thôi!
Thế thì thôi thế, thôi thì thế,
Thôi thì thôi thế, thôi thì thôi!
Thôi thế thì thôi, vĩnh biệt tôi!
Độc thân sương khói chợt... thôi xong!
Thoáng nghẹn ly bia, cay khói vội
Hai mình thôi thế hết long đong!

Em đã yêu tôi, thì thôi thế
Ai ngờ chuyện đến thế thì thôi
Anh búng bàn tay, thôi thì thế
Em cố tình muốn yêu thì.. ơi!
Rồi đôi lúc "nẹc vơ" đời dễ sợ
Cứ lầm bầm rồi lẩm bẩm vu vơ
Em lo lắng nên Em ân cần quá
Anh vội vàng vội nói "ế bèng... quà"!

Từ đấy thì thôi thì thôi thế,
Lâu lâu thôi thế, thế thế thôi!
Rồi thì thôi thế, thôi thì thế,
Mà thì thôi thế, thôi thì thôi!

Người Ba-Lê

Riêng tặng các cô bé VN tại Paris

Thành phố lớn nên chúng mình vĩ đại
Ta cùng nhau dạo bước cạn tâm tình
Paris nhẹ như bờ môi ngần ngại
Phớt trên từng sợi tóc ngát hương ai.

Em cứ lả lơi tình gái Bắc
Khéo khôn nhiều tính trước chặn sau
Cho Anh chới với trong ngàn thắc mắc
Cho Anh về khốn đốn đến hôm nao

Rồi Em cứ nhìn Anh con mắt sắc
Đậm đà nhưng phiền muộn của xa xăm
Trong giọng nói cả miền Trung thổn thức
Anh chập chờn trong giấc mộng miên man.

Và Em cứ ngay tình thẳng ý
Kể Anh nghe chuyện mây nước phù sa
Nhớ miền Nam những ngày xưa thủ thỉ
Anh hốt hoảng lịm người trên gác trọ.

Chứ sao cứ phải phân màu lúa mãi
Cứ nhìn vào cơn mộng mị hôm nay
Để thấy Anh trong bóng mát tỏa đầy
Đang đứng đấy mà nhìn người qua lại.

Nên dù Em có trách ai
Nên dù Em có giận hờn
Cũng đừng quên gợn tóc ngà đang rối
Cũng đừng quên tà áo lụa đang nhầu!

Nên dù Em có chua ngoa
Nên dù Em có kiêu đời
Cũng từ từ cho nhè nhẹ nữ nhi
Anh còn dám đứng nhâm nhi dáng người!

Khi Ta gặp nhau,
Xin Em bối rối
Lả lơi cười nhìn
Đừng ngoảnh mặt vừa khi...!

Nên Ta nhìn Em,
Xin Em cứ ngỡ
Ta yêu người
Cho ngăn cách bớt đi!

Nên Em nhìn Ta,
Xin cười bờ mi
Để ngày còn vui…
Ơ thì!... con nắng!!!

Paris, Xuân 79

Kinh Tình

rời vừa sáng tinh sương
Anh về ngang Giáo đường
Cầu cho Em có thật
Cho Anh thôi đoạn trường!

Trong lời kinh thú tội
Ân ái đã vùng lên
Thú yêu thương bối rối
Làm hồn Anh lênh đênh.

Mây cũng quỳ bên Anh
Dâng tim hồng mòn mỏi
Tình về riêng một cõi,
Tình về trong mắt xanh!

Anh xin Phật từ bi
Vì Em mà hỉ xả
Vì Em đành nghiệt ngã
Trong tận cùng sân si!

Anh xin Chúa nhân từ
Cho Anh hai tay rộng
Cả cuộc đời thánh giá
Ôm phận Em long đong!

Cho Tiền nhân cũng lụy
Chuyện chúng ta miệt mài
Vì "Hậu sinh khả úy"
Nên tình càng trần ai!!

Giữa cánh đồng nho, Reims 80

Tự Tình Ca

mừng sợi tóc bạc đầu tiên trên đầu.
Paris, 1/5/75

Hai mươi mấy tuổi đầu
Hỏi công danh?
Công danh còn chưa có!
Thăm sự nghiệp,
Sự nghiệp mãi cơ cầu.
Dõi quê hương
Quê hương giờ đâu nhỉ?
Gọi gia đình
Chỉ còn tiếng vọng tôi.

Ừ, thì say thuốc!
ừ, thì say men!
Ừ, thì ngồi níu mãi năm dài tháng ngắn!
Ngoảnh mặt nhìn
Em vời vợi ở ngoài song!

Trông đằng trước
Ngoái đằng sau
Thôi thì Ta nhìn Ta
Thì thầm kể chuyện
Thôi thì Mình ô Mình
Cho vơi nỗi trần ai

Rồi phá lên cười
Ta ru Đời bạc tóc
Tuổi trẻ này. Hề!
Giờ bạc cả niềm vui!

Tình Thức

Mối tình câm?
À, hai mối tình câm!
Sao Em không nói cho trầm ưu tư?
Mối tình chung sao riêng cả ngôn từ
Sao ta không biết cho ngăn cách tàn?

Sao Em không nói
Để anh về thảng thốt ở chiêm bao
Ôm cơn bứt rứt cho xanh hình hài
Cho mây còn nghĩ ngợi ở ngày mai
Trong bóng tối, mộng mơ nằm ngơ ngáo?

Sao Em không nói
Để Ta đi cùng thấy ngày vui nắng
Đề Ta ngồi cùng thấy một vầng trăng
Để Anh thôi không mộng mị bâng khuâng
Trong hốt hoảng níu hờ tà áo trắng?

Sao Em không nói
Để cho đời thôi làm mặt đăm chiêu
Để tình yêu thôi ngái ngủ giấc trưa
Để gặp người thôi nói chuyện nắng mưa
Và Anh về, thôi dư dư thiếu thiếu.

Sao Em không nói
Để trong Anh hằng vạn hạt yêu thương
Nằm ứ đọng mong chờ ngày nắng mới
Để trong Anh từng con nước vấn vương
Như uẩn khúc đợi trông người mòn mỏi?

Sao Em không nói
Để Amsterdam chùng cơn gió lộng
Giã biệt người trong nuối tiếc vời trông
Để Paris nằm trở giấc mơ không
Trên gác trọ thấy người yêu là bóng?

Sao Em không nói
Cho trong Anh nẩy mầm tình thứ nhất
Ngày hôm nay nối lại với ngày xưa
Đông Tây đó có hôm nào lạc mất
Vẫn còn bước chân Em làm điểm tựa?

Sao Em không nói
Xui ngày mai vời vợi những hư không
Làm trong Anh chí lớn miệt mài câm
Để trong Anh chữ nghĩa lặng im nằm
Cho mặt trời buồn tối tăm lạnh cóng?

Sao Em không nói
Làm cho ngày thêm lạnh nhạt trôi qua
Khi tình yêu đi vắng mãi, thật là...
Cho tiếng hát mù đời trong quán nhỏ
Từng nốt nhạc đẽo vào thân tơi tả

Sao Em không nói
Cho tương lai thôi bứt rứt nghẹn lời
Cho chung quanh thôi bàn tán loài người
Để cho ngày, đêm ngồi lại cùng mời
Ta cùng ta, giờ nói chuyện ta thôi?

Em cứ nói đi!
Để thương yêu thôi khô héo đôi môi
Cho tương lai nhan sắc bớt nhạt nhòa
Để cho ngày dù qua đi rất vội
Còn thấy Người thấp thoáng ở trong Ta?

Sao Em không nói
Để trong Anh thức giấc ngủ đêm dài
Trên phố nhỏ nghe đam mê vùng dậy
Trong khoảnh khắc thấy người yêu tay với
Em cùng về trên một bước bình an?

Em cứ nói đi
Để hôm nay ta giã biệt cách ngăn
Để hôm nay Ta xao xuyến chuyện mình
Nghe tim còn ý nghĩa ở trong Anh
Và cho Anh hằng vạn cách tỏ tình!

Lũng Nhớ

Bruxelles, 28/11/76

Gió về gợn sóng lòng sông
Đông Tây lóng cóng mênh mông đôi bờ.

Ta đi hồn bỗng dại khờ
Trong môi mắt chợt hư vô bất ngờ.
Người yêu môi mắt mỗi giờ
Xa xôi khép lại thành thơ vô thì!
Chữ nằm hấp hối bờ mi
Đời Anh trăm sự nặng nề... sân si!

Bỏ người bỏ động từ bi
Vì ai ôm mộng tru di vật vờ.
Em ơi! lòng những vỡ bờ.
Sao bàn tay góp u-ơ cảm tình?

Trong lòng mắt nhỏ lung linh
Một trăm thiên hạ chúng sinh chết mòn
Đời Ta ai mất ai còn
Đời Em, Anh đã vo tròn yêu đương.
Dặm đường nhung nhớ đau thương
Vắng Em, tình Hạ như vương ngón dài.

Bóng người phảng phất sương mai.
Trong thung lũng nhớ hình hài
say say!

Tình Ý

Em cứ nói đi
Dù chữ nghĩa có ra ngoài mẫu tự
Anh xin ngồi hiểu hết ý tình nhân!
Dù tương lai có than thở xa gần
Anh còn mãi đôi bờ môi tình tứ!

Em cứ muốn đi
Dù trăng sao hay đầu Anh tư tưởng
Anh xin ngồi dâng trí nhớ vào tay
Cho gió trăng đầy ắp dấu vấn vương
Và hạnh phúc ngời trong lòng định hướng!

Em cứ đòi đi!
Đòi tình si hay trách móc giận hờn
Còn có đây đam mê đầy óc não
Cho dù trời có xám ở trên cao
Anh cũng còn riêng Em tình mới lớn!

Em cứ khóc đi!
Cho nam nhi thêm héo thêm gầy
Cho Anh còn luống cuống ở chung quanh
Cho mộng mơ quấn quít ở bên Anh
Dỗ cho Em mối tình chung đã dấy!

Em cứ nhìn đi!
Để thấy đời tuy đắng cay trắc trở
Cho dù rằng chuyện đã đảo điên ai
Dù hôm nay đang nghiệt ngã hình hài
Dù mai này còn kinh khiếp hư vô!

Thì Em ơi! Em cứ chờ đi!
Anh sẽ về, một trăm lần nhắc lại!
Anh sẽ về cho dĩ vãng phù du,
Cho người xưa phỉ dạ một lần này
Nhất-định Em và Ta trong chốn cũ!

Paris, 30/04/79

Em

Đông 71, bỏ Sàigòn đi du học

Tôi có mỗi mình Em
Trong chiều vàng kỷ niệm
Nhẹ bước thúc chiều êm
Vương sợi nắng tay mềm

Chiều êm cạn nắng vàng trên mái tóc
Cho mắt nàng lóng lánh ánh sao đêm
Cho dĩ vãng nghẹn ngào ôm Em khóc
Khi biết mình nay muôn viễn xa Em.

Em có đôi bờ vai
Tròn ân tình muôn thuở
Em có đôi bờ môi
Mọng nhung nhớ mong chờ
Mộng xa vắng ôm gió về rên rỉ
Xót giọt tình tim óc đọng bờ mi
Tôi đớn đau nhìn vai người gầy guộc
Hứng phũ phàng định mệnh của tình ly!

Em có tơ tình yêu
Làm hoa đan mái tóc
Em có dáng liêu trai
Ru năm tháng miệt mài

Chừ năm tháng đã trôi vào quên lãng
Tóc thời gian làm héo mất hoa cài
Em hốt hoảng nhìn tơ tình xa vắng
Dệt nỗi sầu trên dáng dấp liêu trai.

Em có đôi bàn tay
Góp tình in hoa áo
Em có đôi bàn chân
Khánh vang nhạc cõi trần

Cho những ngón tay măng Em thuôn nhỏ
Ru tôi vào cơn mê muội tình thơ
Tôi tỉnh giấc khi người yêu rũ áo
Thoát đời mình bằng muôn dặm trời xa!

Tôi còn mỗi mình tôi
Trong chuỗi ngày còn lại
Cho mùa Đông tê tái
Hờn bóng tối chiều nay!

Khi thoáng nhớ đôi bờ môi đắm đuối
Đã một lần thôi nói nhớ tình thâm
Dù vẫn biết ta đau cơn mê muội
Say tiếng Người khi kể chuyện xa Em!

Tình Trông

Thuở ấy có Em, phố vui như mộng
Dạo ấy có người, chợ Tết trong Tôi!
Cho Anh thêm kiêu hãnh với loài người
Nên Em là "vạn sự đều xong!"

Thuở ấy có Em, tóc dài hy vọng
Tà áo bay trong chan chứa miệt mài
Tóc lả lơi và lòng Anh gió lộng
Đợi Em về nhung nhớ khói đầy tay.

Và Em biết không?
Ngàn mây ngao ngán
Sợ Em còn chậm bước ở nơi nao.
Để Anh như điên như muốn kêu gào
Trong nhức nhối tên Em là bom đạn!

Nên Em hiền hòa sao vô tình độc ác!
Nên Em nhu mì sao thấp thoáng chua ngoa!
Nên Em đạp đôi bàn chân gót nhạc
Bóng chiều về lại giẫm nát hồn Ta!

Tình Tóc

Tóc dài tóc người ta
Tóc khổ đau tình ái
Tóc thi ân vung vãi
Tóc quyện mãi vào da.

Em đã nghĩ đến Ta
Xin vì Anh ngắn tóc
Cho trong chuyện mưa sa
Tay gần trong gang tấc!

Cho mắt lẳng lơ say
Khi tình về thật mới
Cho má đỏ hây hây
Những chiều Đông ấm lại.

Em tóc xuôi cứ chải
Theo bờ vai tình tứ
Rẽ ngôi giữa đắm say
Là Anh về trên ấy
Là Anh lại nằm mơ
Cho người yêu tóc ngắn

Em hiền hòa như tơ
Làn gió nhẹ vô ngần!
Cho vơi đi nỗi nhớ
Ngày tháng nặng trong thân
Đầy một lòng khốn khó
Đầy một nỗi ân cần.

Thế là Em và Anh
Tuy trần gian lận đận
Đã thật gần bên nhau
Trên tình mềm sợi ngắn!

12/12/80

Tình vắn

tặng Em, 5/12/79 Paris.

Đời thế nào là đời không phụ bạc
Sinh làm sao là sinh không độc ác?

Riêng Ta, Ta nói thật là:
Trăm năm bến mộng, phù sa là tình!
Một đi, một đứng một mình
Một thân khổ hạnh, hai mình hư hao.

Và trong tư tưởng chiêm bao,
Chuyện mưa gió, chuyện ai nào biết chăng?
Hồn Ta dấy động tam bành
Yêu tinh tiếng hát, mắt xanh dựng tròng!
Cưu mang gian khổ nhọc nhằn
Vì nguôi quên cả chuyện trần chung quanh.

Làm sao ôm hết người trong mộng
Nên làm sao vẹn nỗi ân tình?
Để thiên tài ngẩn ngơ đời kiệt sức
Cuối gian lao nghị lực đã tơi bời.

Cho tha thiết ôm đêm buồn hiu quạnh
Nằm tương tư hư con nhà gia giáo
Cho si mê nên nói năng ngổ ngáo
Một giọng cười vị đáo cả châu thân.

Ta nhìn Em cứ trân trân:
Đời cay đắng lắm cũng ngần này thôi.
Ta nhìn Em những bồi hồi:
Đắng cay không lẽ ngậm ngùi thôi sao?

Tình Nhắn

tặng T.Đ.H. 14/12/80 Paris

Tình tuy mới, cũ cố nhân.
Người trong đã đã,
Người ngoài chưa hay!
Đầu tư vốn liếng cuộc này
Đam mê lời lỗ khổ sai vướng vào.

Em còn ở nơi nao lỡ hẹn
Ta còn đây trông đến ngại ngùng
Lạnh lùng con bướm qua sông
Người đi, phố lặng, rưng rưng bụi mờ.

Mây ngại gió thờ ơ lãnh đạm,
Gió vì mây đành dạm người thân
Nhắn Anh tình đến tình đền,
Cuộc đời còn lại còn nên cuộc tình

Bao ngày không lẽ mãi làm thinh
Nhớ nhung lý gì mình không nói?
Nói rằng có một thằng tôi
Bỗng nhiên mơ mộng
Em ơi! Em à!

Tự Tình Ca II

Paris. Đêm ra trường.

Tài Tử, Giai Nhân
Thời cuộc lạc vần
Buồn như muôn thuở
Con mắt tình nhân!

Công thành danh toại:
Dang nghiệp ấy
Xót Nước xa Em:
Dở cuộc này!

Hai bàn tay mỏi
Bạc phếch trần ai
Sao giương mãi một làn cung bất lực
Tuổi trẻ qua thêm cùng cực tâm hồn.

Lại phá lên cười
Cho Trời Đất dậy!
Đam mê đầy như chí lớn còn đây!
Duy Ta và Em,
Sao quá đọa đày!

Tài không đợi tuổi
Tình chẳng chờ Ta
Trong hơi rượu thấy người yêu lồng lộng
Quý tửu, giai nhân: nhất đẳng phiền!
Trong trí nhớ tiếng quê hương vang động
Thi ca khổ hạnh nỗi triền miên!

Tình Đêm

Paris, Thu 78

Lại một ngày không Em nói chuyện
Thêm một đêm đảo điên bóng tối!
Vắng Em thảng thốt nhịp đời
Mong Em day dứt, nhớ người rưng rưng.

Phải không Em, tình chung đã buộc
Phải không người cuộc đã mê say?
Riêng Ta, nói nhỏ Em này
Vì Em hết sẩy, thơ dài người ra!

Để cho đời đi xa lưu luyến
Nhớ Em đời xao xuyến trầm ngâm
Thương Thu giá buốt thâm tâm
Nửa đêm dằn vật, tình ngâm nga tình:
"Tình rằng tình đã tình đang
Tình say lắm đắm, tình dang dở bền!"

Ta ngoắc tay bắc cầu ước hẹn
Em vân vê tà áo ngại ngùng
Tiểu thư rối tóc. Chạnh lòng
Ta lang thang ném tơ hồng cho mây

Ước chi gió đừng gây bão tố
Để cho đèn nhắc phố: Đêm Ta
Chờ Em chậm bước la đà,
Paris xào xạc xuýt xoa chuyện mình

Chuyện mình nào có gì đâu
Một trăm cái khó đổ đầu đôi ta.
Đắn đo có bước chân ngà
Mà trong nuối tiếc vút qua mấy ngần!
Thương Em lòng những ngút ngàn
Muốn ôm em lại sợ tan chén tình.

Buồn xót xa quê hương phiền muộn
Giữa cuộc đời bối rối chân tay
Sinh viên lòng những ngất ngây
Tương lai hy vọng vẫn đầy trong ta.

Trên ngọn cỏ phất phơ hình bóng
Sợi tóc dài lại vướng vào mi!
Nói ra không được
Vậy thì!
Mai về phố chợ Đứng
Đi
Cúi đầu.

Từ nẩy mai mốt về sau.
Tình đây,
Quê đó
Cuộc sầu
Đa mang!

Định Nghĩa

Em là cái gì?
Mà Anh phải sợ?
Em là cái gì?
Mà Anh phải si?

Em là người tình
Nên Anh tật bệnh
Ốm yếu lênh đênh
Ho hen một mình!

Em là tín nữ
Thắp nhang đốt người
Anh đang thầy tu
Sân si chí tử!

Em là giai nhân
Quyến rũ đười ươi
Nên Anh lăng quăng
Quên chuyện loài người!

Em giống thiên lôi
Ở trên đánh xuống
Sấm sét lung tung
Anh ngồi bó gối!

Nhìn Em mênh mông
Mắt xếch môi cong
Lưng vòng thế phiệt
Anh làm thằng ngông!

Em là người yêu
Nên người thì đẹp
Mà yêu tinh xếp
Anh thành nồi niêu!

Em là con ma
Múa may tóc ngà
Ám ảnh u mê
Tương tư nhập tà!

Nên em là vạn
Sự đầy bối rối
Hỉ nộ ôi thôi!
Anh đâm tán loạn.

Em là tội nhân
Dìm người trong thơ
Thi sĩ cha xứ
Giải tội ân cần!

Cho Em làm vua!
Ừ thì, Hoàng hậu!

Tình Lặng

"Gặp một bữa anh đã mừng một bữa,
Gặp hai hôm thành nhị hỉ của tâm hồn!"
NGUYÊN SA

Gặp một bữa, Anh đã khùng một bữa
Gặp hai hôm, đâm cuồng loạn tâm hồn!
Trong khoảnh khắc
Hình như tim rung động
Giữa loài người,
Chẳng lẽ chuyện hư không?
Thành ra cứ đứng mà trông
Tình thâm tâm đã ta cùng trong mơ!
Anh xôn xao hẹn hò khắp ngõ
Em thẹn thùng chớp mắt làm ngơ!
Thôi thì còn mấy vần thơ
Sắp hàng đứng đợi Ngẩn ngơ cuộc tình!

Ra vào mỗi chuyện chúng mình
Quanh đi quẩn lại vẫn tình đắn đo!
Cho quay quắt bờ môi giao động
Cho loanh quanh con mắt ngập ngừng.

Anh nhìn Em những ngại ngùng
Tương lai vong quốc,
Lại nhưng với thì!
Em nhìn Anh những ngượng vì
Gia đình ly tán,
Lại thì với nhưng!
Mình còn cả mối tình chung:
Nói ra không hết,
Nói không sao vừa!
Nên mỗi tuần, Anh thất điên bảy bữa
Thêm một hôm thành bát đảo tâm hồn!

Paris, 30/04/78

Giấc Mộng Ngàn

Rome, Thu 77

Anh hong gió phơi khô dòng tư tưởng
Xác thân trần ký ức mộng còn vương
Ở giọt nắng. Nên trời ôm mây ngủ
Đợi Em về mưa lại chuyện Đông phương!

Mầm hạnh phúc héo khô khe khổ nhục
Thiên đường người Em héo hắt. Còn tôi?
Vẫn mơ ngày nắng rơi đồi cô độc
Đón Em ngoài khung cửa của ngày xưa!

Lòng anh đó vẫn then cài kỷ niệm
Giấc mơ đời bướng bỉnh vẫn cùng Ta
Ôm đèn sách ngó hoài Em mẫu tự
Sao trí nhớ chỉ toàn đao với kiếm?

Ý nước người thăm ý nước tôi
Bàn chân khuynh đảo núi sông người
Âu châu mắt biếc Thu vàng tóc
Sao Anh mơ mỗi tiểu thư đời?

Mây cứ thế lang thang lòng sa mạc
Nước non nào trong gác trọ buồn tênh
Cho Anh duỗi cơn đau còn man mác
Cuộn mơ vào trong chiếu mộng mông mênh.

Rồi ta lại cùng mây vui vì gió
Nhín sợi yêu con nhện gác đường tơ
Anh ngất ngưỡng đi trong làn môi nhớ
Tiếc em hoài nên ngớ ngẩn ngàn thơ.

Tình Đạo

Trời đã lại Noel
Nên Giáng Sinh trong lòng
Anh mang hồn hoang đến
Tìm Em khắp giáo đường!

Em lại tới vui lòng Anh như thế..!
Tiếng chuông ngân cứu thế đảo điên đời
Trên trời vạn vạn sao ơi!
Cùng ta sánh chuyện đầy vơi chúng mình.

Trong Anh cằn cỗi mối tình
Trần gian em đến tái sinh phố phường.
Em đi, vắng phố hoang đường.
Em về, dậy nhớ dấy thương vỡ bờ.

Tim Anh nhộn nhịp hẹn hò,
Vì Em, gom nắng mưa cho đợi chờ
Một màu tuyết trắng vào thơ
Nửa đêm Đông giá, cơn mơ lại về:

"Có phải vì Em mà cây nghiêng ngả,
Hay tại vì đời mà gió đảo điên?"

Hỏi trong Ta, Ta đà đứng đó
Hỏi trong Người, Người đã cùng Ta.
Mắt xanh tóc mượt tay ngà
Cùng nhau ta nhập đam mê nhiệm mầu!

Trong hạnh phúc chập chờn bí ẩn
Gió và mây cũng lụy Em rồi.
Tình về đỏ má cùng môi. Nhìn Em,
khuynh đảo trong tôi cuộc đời!

Giáo Điều

Cũng bởi vì Ta nho giáo ân cần
Mà Anh mỏi cả tâm thần... chờ đợi!

Chẳng lẽ vì Ta vật vã giáo điều
Mà mình phải muôn đời mơ mộng?
Hay tại vì Anh người như sông rộng
Nên tình đời rồi cứ thế phiêu diêu?

Cũng bởi vì Em hứa hẹn đủ điều
Có một ngày bỗng nặng điệu trăm năm.
Nên dù Ta có vẻ xa xăm
Tim đã thật như gần trong xa vắng.

Cũng vì thế khi Em ôm dĩ vãng
Ru cuộc đời chẳng đúng ý cao sang
Thời gian đứng nhìn Em ngao ngán ngẩn
Ta mơ màng trên chiếu mộng thênh thang.

Cũng bởi vì Em vô tình mong muốn
Trong tín điều vẫn có một người luôn
Hay tại gió cố tình buông ước hẹn
Mây lại về trên chốn cũ tìm Em.

Cũng bởi vì ta nho giáo ân cần
Mặc giáo điều, vẫn âm thầm... chờ đợi!

Tỏ Tình

Genève, 010181

Ngày mai phố xá hoang sơ vắng
Ta đã đi xa quá còn gì?
(Chỉ cuộc tình bỏ lại với Paris)
Lac Léman bạc đầu hay tuyết trắng?

Mây vẫn đứng nhìn Em cao ngạo!
Bạo tâm tư,
Miệng vẫn cóng mùa Đông
Về ngang phố chợ xe lồng.
Lạnh đường lạnh xá lạnh lòng, lâng lâng:

"Mối tình rối rắm tơ vương,
Mối tình rắc rối sợi thương quấn vào."
Mối tình nào có làm sao,
Mà người Anh vỡ làm bao mảnh rồi!
Còn giờ còn giấc còn tôi
Còn cả một mối tình sôi trong lòng!

Còn đầy một khối mênh mông
Tuy Em về thấy Ta... không mấy nào!

Yêu Rồi

Ta đi qua nhà ai
Con mắt nhìn lóng lánh
Trong ánh sáng lung linh
Cho phố chợ tươi cười!

Có lẽ giấc mơ say
Để Anh già mong đợi
Có lẽ lá bay bay
Vàng thương nhớ cho đời?

Để mai về phố vắng
Có nhớ nụ hôn xưa
Ngây ngô cười trong nắng
Ừ, thương mấy cho vừa?

Để hôm nào ngây ngất
Gọi mưa gió về đây
Rơi cho lòng phảng phất
Mùi da diết điên người!

mừng ngày đầu tiên có căn phòng trọ riêngcho mình
kể từ 4/75. Neuilly-sur-Seine, 10/77

Tình Trong Tình Ngoài

Paris 9/11/79

Yêu Em, Ta về may áo mới
Vì từ nay những vô tình kỳ diệu
Soi gương mình trong đáy mắt lả lơi
Tóc Em dài Anh vướng phải tình yêu.

Yêu Em mấy lần trong thơ cũ
Dọn lại vần cho đúng nhịp trong Ta
Trên từng cụm chữ nằm yên lặng ngủ
Đã có Em sang bỏ dấu hẹn hò.

Yêu Em, thôi đã biết rằng yêu Em
Kể từ đây tình đã bước ra ngoài
Kể từ giờ,
Thôi! Đánh mất tự nhiên.
Trên lối sỏi nghe tình - trong hớt hãi.

Yêu Em.
Thôi đã biết yêu Em rồi!
Mặt nhìn mặt sao tay còn bối rối
Mắt nhìn nhau sao miệng vẫn nằm im?
Nghe tim vỡ trong hồn Anh rất tội.

Yêu Em từ đây hết biết lạnh lùng
Vì gặp người như gặp lại phu thê
Vì gặp Em, quê hương mình như thế
Gặp lại đây.
Ôi phúc thật nhẹ nhàng!

Mà yêu Em sao đứng đi ngần ngại
Cho dù rằng tình đã dậy trong nhau
Cho dù rằng ngoài kia còn rất nắng
Sao ngập ngừng khi nói chuyện ngày mai?

Tình Trái

Paris, vườn nhà ai rụng lá, 78

Trèo lên cây mộng hái hoa
Em về trên lá phất phơ hẹn hò
Cho dù Đông vẫn co ro
Tầm Xuân đã nở trong Ta sõng Xoài
Bao giờ mây có lại về
Anh chôm chôm cả trái thề cho em
Trúc xanh lơi lả bên thềm
Hoa rơi say dáng Em mềm trong mưa
Ân đời quấn quít phố xưa
Đỏ lòng xanh vỏ dây dưa ngấm ngầm
Em xa càng nhớ càng gần
Sao cho đu đủ? Ngần ngần mới thôi!

Nếu Yêu Em...

Nếu Em yêu Ta, mây về cõi mộng
Nói với người, ta sẽ chẳng còn mơ
Vì Em yêu Ta, thơ ngồi nghe ngóng
Đợi Ta về mà hỏi chuyện vu vơ.

Nếu Em yêu Ta, ta cười rạng rỡ
Phỉ duyên đời cho con gái ngẩn ngơ
Tô son lại mà nhìn Ta bỡ ngỡ
Nói thế nào cho thật nhẹ đường tơ?

Nếu Em yêu Ta, trời xanh hớn hở
Gió trên ngàn rồi cũng trở về thôi
Vì Em yêu Ta, thiên tài hỉ hả
Nội đồng say gót chân ngà chơi vơi

Nếu Em yêu Ta, Trời im tiếng thở
Nếu Em yêu Ta? Anh ngồi thật lặng
Rồi mây xin Em một lần thứ mấy
Nhắc Anh rằng ta thật chẳng còn mơ!

Cảm Tạ

Cám ơn Chúa Phật
Xui Em yêu Tôi
Cám ơn Thượng đế
Khiến tôi yêu người!

Cám ơn mặt trời
Ánh sáng trên cao
Cho hôm tôi thấy
Em trong dạt dào!

Cám ơn mặt trăng
Soi bóng long lanh
Ta bên Em
Cùng
Nói chuyện yêu đương

Cám ơn bàn tay
Giấc mộng ôm tròn
Cám ơn bàn chân
Cùng Em tháng ngày

Cám ơn cả Em
Cho tình lớn rộng
Cho ân tình mọng
Nguồn cội ngày đêm.

Cám ơn cả Tôi
Đã biết yêu Em
Trong cơn bão đến
Thương vẫn ngập người!

Cám ơn mọi người
Trong đời bạc ấy
Đã để yên tôi
Cho Tôi yêu Người!

Phạm Vũ, một thời sinh viên, Paris

CẢM XÚC
về Dòng Thơ Sinh Viên 70-80 của Phạm Vũ

LÊ GIANG TRẦN

Đúng nhất, là không viết gì về dòng thơ của nhà thơ Phạm Vũ. Độc giả sẽ tự cảm nhận chất thơ của người thi sĩ này vào thuở ông đang là một sinh viên du học tại Paris, vì có thể cũng sẽ giống như tôi, cảm thấy cả một trời thơ mộng, với những tảng mây tình yêu trôi bềnh bồng lênh đênh trong khung trời thi ca xanh lơ trong sáng của ông... của một thời tuổi trẻ...

Tôi cảm xúc viết ra đây sau khi đọc 46 bài "thơ thời sinh viên" vào thập niên 70's trong thi tập YÊU YÊU của người thơ Phạm Vũ, chợt thấy ra một điều, chất lãng mạn tình yêu, sức sống thanh niên, và cả cái gọi là "Lý tưởng" của chàng sinh viên này, chỉ có thể có được dưới bầu trời của một thổ ngơi tự do không chiến tranh; chưa kể, Paris, một trong những cái nôi văn chương nghệ thuật của Âu châu, từ quá khứ đã từng phát sinh, phát xuất, rất nhiều thi văn sĩ.

Những dòng thơ tình yêu, YÊU YÊU lãng mạn trong sáng này sẽ không bao giờ hình thành được như thế nếu người thơ này tiếp tục sống ở Việt Nam, dù là ở Sài Gòn, trong không khí chiến tranh ngày càng nặng nề trước khi kết thúc. Lúc ấy, thanh niên trong nước, dù không rơi vào nghĩa vụ thi hành quân dịch, hay dù đang lãng mạn đắm cuồng với một tình yêu đang rực lửa chăng nữa, tâm trạng của thanh niên thời đó vẫn nằm trong mạng lưới "thiên la địa võng" bao trùm bầu trời u ám chiến tranh.

Rõ là như thế nếu nhìn lại.

Thuở ấy, rất nhiều thơ tình, rất nhiều nhạc tình, rất nhiều truyện dài, truyện ngắn về tình yêu, nhưng hầu hết đều nằm trong không gian rờn rợn của chiến tranh. Chiến tranh như một hung thần vô hình luôn đe dọa tâm thức của tuổi thanh niên, lớp tuổi đầy sinh lực yêu đời trong sáng; đã khiến họ nhìn về tương lai cảm thấy mù mịt tăm tối, chưa biết số phận con người mình rồi sẽ ra sao? sẽ như thế nào?

Tin tức mỗi ngày đều loan báo những con số quân nhân hy sinh nơi chiến trường, và tâm trạng càng nặng nề hơn nếu chàng thanh niên ấy tràn dâng một tình yêu non nước, sẵn sàng hiến mình vì tổ quốc, với hy vọng sự hy sinh của mình sẽ góp sức vào công cuộc bảo vệ lãnh thổ, bảo vệ chính nghĩa tự do, ngăn chặn làn sóng Cộng Sản đang ngày càng cố sức đánh chiếm cho được nửa mảnh giang san là miền Nam nước Việt.

Như thế, biểu cảm về tình yêu trong thời chiến đều ngầm mang một màu sắc u ám tang thương, tang tóc, đều có một dòng suối ngầm mang tính bi đát, đau khổ... Tình yêu càng mãnh liệt càng dường như chất ngất nỗi muộn phiền, tuyệt vọng, vô vọng, hay bất lực... trước cơn lốc chiến tranh của đất nước ngày càng tăng tốc.

Âm nhạc trong thời chiến lúc ấy, thể hiện rõ nét, diễn tả rất nhiều về tâm trạng, tâm cảnh gọi là *"em hậu phương, anh tiền tuyến"*. Bi thảm hơn, như bài thơ *"Kỷ vật cho em"* của thi sĩ Linh Phương, được Phạm Duy phổ nhạc:

Em hỏi anh, em hỏi anh, bao giờ trở lại?
Xin trả lời, xin trả lời, mai mốt anh về
Anh trở về có thể bằng chiến thắng Plei Me
...
Anh trở về trên đôi nạng gỗ,
Anh trở về... bại tướng cụt chân...
Anh trở về hòm gỗ cài hoa....

Chưa kể, từ cuối thập niên 1960, nhạc Trịnh Công Sơn, một số bài mang tính phản chiến, vẽ lên bi kịch chiến tranh, là dòng nhạc làm ảnh hưởng sâu đậm đến tâm lý tuổi trẻ học sinh, sinh viên, khiến lớp thanh niên in hằn những ấn tượng yếm thế bi đát, thê lương về chiến tranh, một cuộc chiến "nồi da sáo thịt", cùng da vàng máu đỏ bắn giết nhau... Đấy là chưa kể những nguyên nhân trầm trọng về chính trị tiếp diễn về sau nữa, góp phần trong việc đánh mất quê hương miền Nam Tự Do.

Cậu sinh viên Phạm Vũ may mắn rời đất nước sang Paris du học trước "Mùa Hè đỏ lửa" 1972. Là hậu duệ trong một gia đình sĩ quan quân lực VNCH, cậu học sinh này có đầy nhiệt huyết yêu nước, lý tưởng của chàng trai nước Việt, nhưng anh không còn trực tiếp, trực diện sống trong không khí chiến tranh; mà sau mùa hè đỏ lửa ấy, chiến trận càng lúc càng gia tăng khốc liệt hơn.

Sống trong không khí một Ba Lê diễm lệ diễm tình, một bầu trời tự do, dĩ nhiên tâm hồn của người thanh niên đang cháy bừng sức sống, lý tưởng về một tương lai, hy vọng quê mẹ rồi sẽ chiến thắng và chấm dứt chiến tranh, tái tạo hòa bình cho đất nước v.v... tâm trạng ấy tràn đầy ảo mộng, hay mơ ước tích cực. Tình yêu xảy ra trong một không gian Paris như thế, rất là trong sáng và tuyệt vời trong mơ mộng... như ông thố lộ trong lời vào tập thơ: *"Tập thơ đầu đời, vụng về trong năm tháng sinh viên mộng mị, nghiêng ngả thời cuộc, và bấp bênh giữa hai miền Nam Bắc, lẩn quẩn ở hai đầu Đông Tây."*

Không đối mặt với chiến tranh, Phạm Vũ bày tỏ những nỗi bức xúc nội tâm, những tư duy về tình yêu… ở lứa tuổi thanh niên một cách thơ mộng, tươi sáng; hay dù có "đau khổ vì yêu" thì vẫn khổ đau một cách thơ mộng. Tình yêu không có bóng dáng của "tử thần chiến tranh", cho dù biết quê hương miền Nam đang xảy ra chinh chiến...

Câu chuyện tình yêu đơn thuần hai nhân vật ***Anh*** và ***Em*** hay ***Em*** và ***Tôi***, không có "đệ tam nhân vật" ẩn núp chung quanh, như những tiêu biểu: *đêm nghe tiếng đại bác, đóm mắt hỏa châu, rừng lá thấp, áo trây-di, cây súng nhỏ nơi rừng sâu, chiếc ba lô làm bàn, vọng gác đêm sương* v.v. nào cả.

Trần Đình Thục trong bức thư gửi thi sĩ, có cùng nhận xét: "... *Có một vài bài thơ, trong đó một vài địa danh (phần lớn là tại Bỉ) được nhắc nhở, nhưng nội dung chỉ xoay quanh Em và Anh, chưa thấy được cảnh sương mù luẩn khuất, chưa thấy lá vàng hiu quạnh trên ghế đá công cộng, chưa thấy ngọn gió dìu dịu đẩy hương cỏ khi 2 đứa ngả mình trên thảm xanh mùa Xuân..."*

Với bầu trời tự do, bản thân tôi trải nghiệm lần đầu tiên, 1979, khi ngồi nghỉ chân dưới gốc cây xoài rừng trên núi ở Letung, một hải đảo nhỏ bé của Indonesia dành cho người tị nạn vượt biển Việt Nam tạm trú, tôi cảm nhận được sự thanh thản bình an của hoa cỏ cây lá nơi thổ ngơi một quốc gia không chiến tranh, chúng trông thật an lành hồn nhiên, khác hẳn với ngàn cây nội cỏ ở cái xứ chiến tranh của mình.

Và tôi cũng nhận thấy, lớp thanh niên mà sau chiến tranh đi tị nạn định cư nơi các nước Âu Mỹ, đều nhanh chóng hồi phục tinh thần, gạt bỏ những ám ảnh mà họ đã trải qua và bị ảnh hưởng trong cuộc chiến nơi nước nhà trước đây, mà, họ còn trải qua một khoảng sống dưới chế độ Cộng Sản sau năm 1975. Nay họ lấy lại sự trong sáng của tâm hồn dưới bầu trời tự do thật sự.

Những biểu cảm bộc phát, lộ dần ra hoặc hoàn toàn, là của một trí óc tự do, của một tâm-hồn-mới không bị ám ảnh, của một cuộc sống tự do, của một con người tự do, nhìn ngắm mọi sự trên đời dưới vòm trời tự do mang vẻ đẹp tươi thắm, sinh động hân hoan, họ không còn ảm đạm bi quan như trong quá khứ của nữa. Tình yêu trong những bối cảnh: *Lễ tình yêu, Ngày của Mẹ, Ngày của Cha*, biển mùa hạ, rừng mùa Thu, núi mùa Đông, *đêm Giao Thừa, Tết Nguyên Đán*, mùa Xuân bừng nở muôn hoa, và nhiều thứ đẹp đẽ khác nữa...

Thơ Tình Yêu của chàng sinh viên Phạm Vũ ở thập niên 70-80 đã cho tôi nhìn ngắm lại quá khứ, nhìn ngắm lại đời sống nơi một quốc gia tôn trọng nhân bản, tự do, của con người được phát huy. Từ đó tôi hiểu rằng người thơ Phạm Vũ vì sao ở tuổi lục tuần mà tinh thần, tâm hồn, cách sống của ông vẫn luôn cường tráng như một thanh niên tràn trề sinh lực, luôn vang tiếng cười; bằng hữu đều yêu quý ông. Và, thơ ông vẫn luôn lạc quan, trẻ trung, mạnh mẽ, ngay thẳng, như bao giờ.

Chào những dòng thơ ***YÊU YÊU***, chào một thời mộng mơ tuổi trẻ của chàng sinh viên Phạm Vũ, người đã mang một trái-tim-thơ thơ mộng tặng người-yêu-thơ để cùng nhau lãng đãng... thấy mình dường như cũng có "*một thời để yêu và một thời để nhớ*."

lê giang trần

(ngày Lễ Lao Động Hoa Kỳ, 04 tháng 9, 2017)

Lê Giang Trần và Phạm Vũ, hai con Rồng Thơ bạn nhau từ thời thập niên 80's; và sau 10 năm xa vắng lại tái ngộ năm 2015. Dịp đến thăm nhà Phạm Vũ, nhóm bạn được chàng thơ đưa đi dạo một vòng Laguna Hill và biển, mùa Hè 2016.

PHẠM VŨ

Giấc Mộng Đời

trường thiên lục bát – 80's - 90's
Saigon - Paris

Thi Tập II

Trong im lặng
Nghe ra nghìn mời mọc
Giữa Hư vô
Hiện rõ mắt môi đời

Tranh Đinh Trường Chinh

I.

Tôi muốn viết một bài thơ
Có hoa, có nắng, mộng mơ
cho người
Có trăng sao cả bầu trời
Có đầy mây nước, giọng cười tiểu thư
Áo dài tóc mượt tâm tư
Có từ những ngón tay ru mộng tình
Có từ những phút thình lình
Có từ ánh mắt thủy tinh rúm người

Vẫn là ý ngỏ, lời mời
Vẫn là chân bước một trời đam mê
Vòng quanh cái chuyện phu thê
Cho dù sương khói u-mê lặng lờ
Tôi vẫn muốn có một bài thơ
Theo dòng lục bát
Uỡm ờ cùng em!

II.

Đi ngang ngày cũ êm đềm
Nghe thèm nuối tiếc
Nghe mềm kỷ ân
Nghe nhung nhớ gọi ân cần
Nghe dường năm tháng vang âm lời mời
Vòng tay xa cách một thời
Chiến tranh
Tị nạn
Mệt nhoài hôm nay

III.

Có là sóng biếc, trời mây
Vẫn là những thoáng ngất ngây rợn người

Em muốn
tôi muốn?
em cười
Hay là em muốn ta mời mọc nhau?
Sông kia dù mấy nhịp cầu
Dang tay níu mãi nhau vào cùng nhau
Nên ngày có vội mưa mau
Tình vẫn cứ muốn ca dao để đời!

Nên dù đời vắng tăm hơi
Bài thơ vẫn muốn đầy
môi mắt người.

IV.

Ý chừng cơn sóng xa khơi
Vỗ về tình gọi
xa vời
miên man
Thoảng nghe như giấc mộng vàng
Nghìn năm em vẫn ngại ngần ngắm mây
Tình yêu ngồi nhớ ban mai
Tiểu thư ngồi lặng, áo bay trong chiều
Còn bàn tay, với cơn phiêu
Muộn phiền rối tóc,
tiêu điều tuổi thơ

V.

Trăm năm thành cõi mong chờ
Tiếng chân người bước vật vờ trong anh
Thân anh như biển đầu ghềnh
Bập bùng sóng đánh tập tành ước mơ

Hải âu mỏi cánh xuôi bờ
Sóng vang biển động phủ mờ tiếng tim
Chân đi bỗng trở thành tìm
Tìm trong cõi nhớ
lại tìm cõi mong
Để mai hiểu nỗi đoạn trường
Là tay ngóng mặt
Là đường dõi chân!

VI.

Những lần phố xá bâng khuâng
Nghe trong tiếng thở bao ngần phôi pha
Đời nghe như đã gần xa
Bước lên vỡ phiến rêu tha tháng ngày

VII.

Từng cơn nhớ đến ngại ngùng
Từng cơn mộng dữ lạnh lùng ru anh
Tưởng sao
Em chẳng trung thành
Nghìn câu nói đó cũng thành đất trôi.
Phù sa lở lói bờ tôi
Cuốn đi mất cả đất trời hôm nay

VIII.

Nhìn bàn tay
Nhớ bàn tay
Nhìn người ngơ ngẩn
Quên ngày đang qua
Đời anh mấy độ tình xa
Nghe trong tâm khảm
Yêu tha thiết người

IX.

Anh ngồi dỗ một thằng tôi
Ở trong trời đất
Lôi thôi, não nề.
Chết không vì tiếng em thề
Chết vì tôi bắt tôi về…
Quên em.

Tôi về tôi cố quên em
Chân tôi nhớ quãng đường đêm tôi về
Mắt tôi nhớ lúc đam mê
Tay tôi nhớ lúc phu thê ngọt ngào
Thân tôi lúng túng làm sao
Khi tôi buộc miệng tôi vào nín câm

Cho tôi biết những âm thầm
Đang là mối mọt đục ngầm tim anh
Ru em vui giấc mộng lành
Phố đêm đã có mình anh trông chừng

X.

Chân đi nửa ngập nửa ngừng
Người đi như đã trợt từng bước chân
Em quên đi dáng ân cần
Thì quê hương đã nhạt dần mắt môi
Trong bờ cõi của người ơi!
Ngón thuôn nét bút
Đánh rơi
Hẹn hò!

XI.

Có con chim hót ngoài xa
Kể anh nghe chuyện đôi ta một thời:
Ngỡ ngàng một sớm xa xôi
Yêu thương hoảng hốt núp đời hư vô
Tình anh mặc áo vải xô
Tim anh cỏ dại ngựa thồ kéo quanh.

Trên cao, trời vẫn ngát xanh
Trong anh
Tắt nắng,
thất thanh nụ cười
Nghe mưa thề thốt bao lời
Cúi nhìn nước chảy
trôi thời đam mê
Mây trên cao,
Mây lê thê
Cành hoa trước ngõ nặng nề gió xuân
Tim anh vang dội xa gần
Lời em ru ngọt cõi trần gian tôi
Có con chim hót…
Mà thôi!
Để dành mai mốt
Lỡ trời mưa mau!

Khói sương là thoảng hương Ngâu
Đá bia là mảnh tình sâu trong lòng
Người anh cát bụi nhọc nhằn
Tình anh ướt áo cũng trần ai thôi!

XII.

Bao năm quanh quẩn lời mời
Thành trăm năm ngả nghiêng đời gió trăng
Bụi đời
Gió có đem giăng
Thành mây
mưa núi
Thành dông
bão mình
Thành con nước cuốn lặng thinh
Khi không em
Đứng một mình đảo điên

XIII.

Dựa lưng vào nỗi triền miên
Mà nghe hơi hướng gợi miền đắm say.

XIV.

Nửa thương thân thế lạc loài
Nửa thương con mắt nhớ hoài dáng xưa
Cho vương vấn mấy cho vừa
Cho tan nát cả lọc-lừa thời gian

Ngày xưa kỷ niệm vô vàn
Để không gian đứng ngỡ ngàng ngó lui
Nhìn về cố quận mù khơi
Nhìn ra phía bể xa vời thế nhân.

Cũng vì em
Phút thi ân
Làm biên thùy đợi mở dần xót xa.

Cho nên
Mây đã vì ta
Bay về một cụm phôi pha mặn mà
Cho mưa vỡ tiếng khóc oà
Mong tình yêu đã nhạt nhòa
trôi đi!

XV.

Ngày xưa
gió mắt, tình mi
Con trăng sáng tỏ đam mê dạt dào
Dáng ai đêm vắng
Phai màu
Mở ra một cõi
Ngỡ mầu nhiệm thôi!

Ta về tìm mắt cùng môi
Ta về tìm mãi ân đời phu thê
Chân kia quên mất đường về
Môi kia câm nín lời thề cùng môi
Thành ra trời đất lôi thôi
Lòng anh sa mạc
Hồn tôi rã rời.
Mai sau dù có đầy vơi
Tim ta còn mãi lời mời mọc nhau
Tình không lẽ
Mãi cơ cầu?
Còn Quê hương đó,
Còn bầu đam mê!

XVI.

Bước lui,
bước tới,
bước về,
Bước qua cõi nhớ
nặng nề đôi chân
Bước quanh quẩn đấy, xa gần,
Bước vào cõi mộng
Bần thần gió trăng

Con mắt đừng có gần khăn
Cho vui mừng đó
đừng tan biến,
Còn!
Lúa tình đang hãy còn son
Ruộng tình nước hãy vì non, lấp đầy!
Giơ tay trên khoảng vai gầy
Nghe tim úp mở
Ngất ngây cả hồn!

XVII.

Ngó ra thiên hạ vô vàn
Ngàn năm vẫn một, vẫn làn mi cong
Nhìn vào thân phận mênh mông
Cõi là nhung nhớ
Bâng khuâng gặm mòn
Ơ hờ câu chuyện thâm tâm
Nhạt vành nhang nguyện
Âm thầm gió tan
Nghe tương tư rũ hai hàng
Trôi lìa hiện tại ngỡ nàng rửa chân
Để dòng âu yếm tần ngần
Ngấm vào thân thế muôn vàn xót xa

Chuyện mình hay chuyện người ta
Cũng là hình dạng
Cũng là dáng ai
Đường mây quanh quất vân đài
Tương lai còn lại hình hài hôm nay!

XVIII.

Bây giờ cuối Hạ
Giờ đây:
Con chim bay đã vội bay về ngàn
Nước còn nước mắt miên man
Non còn non dại, muộn màng buồn tênh!
Tay nghiêng trí nhớ rêu xanh
Qua màn song cửa hớ hênh cuộc đời

XIX.

Cuộc đời đâu bấy nhiêu thôi
Cuộc tình đâu đã rã rời sớm mau
Từ giờ cho tới mai sau,
Còn tình xui mãi mưa Ngâu cõi lòng!

XX.

Hôm nay mây nhẹ, trời trong
Hôm nay rộn rã nhạc hồng trong anh
Hôm nay gió mát trăng thanh,
Hôm nay nhất định có
Anh cùng mình
Cũng là cái chuyện chúng mình
Cũng là cái chuyện thình lình....
Biết đâu?

Chỉ xin không phải cơn đau
Chỉ xin không phải mai sau nghẹn ngào

Anh nhìn trăng sáng một màu
Mong tình yêu mãi vui chào, mừng đưa
Ngày nay cùng với ngày xưa
Ngày mai góp lại cho vừa lòng nhau
Ngày này, ngày trước, ngày sau
Ngày ngày có mặt
Vì nhau cả ngày
Chỉ xin đừng để có ngày
Chỉ xin, xin mãi
Đừng ngày xa nhau

XXI.

Xin trời đừng vội mưa mau
Cho hương phấn mãi đậm màu thương yêu
Xin ngày luôn mãi gấm thêu
Vì rằng ta chỉ còn nhau trong đời
Nên mây nước đến cùng mời
Ta vào trong cuộc
Đã đời cố nhân!

XXII.

Sao ngoài kia
Cứ
Xa gần?
Sao ta
cứ
mãi ngập ngừng
Khổ nhau?
Dù rằng
Ta đã yêu nhau
Dù rằng
Mưa gió xôn xao đón chờ!

XXIII.

Tình đâu có mấy đường tơ
Ta còn có mấy thời giờ nữa đâu?

XXIV.

Hôm nay viết nữa, viết hoài
Viết cho cõi nhớ kéo dài tháng năm
Viết ra một khoảng âm thầm
Mà nghìn năm đã ân cần gửi cho.
Chập chùng sóng đánh biển khơi
Bập bùng lửa cháy tình sôi mộng đầy
Em đi
Mây tiếc lắm thay
Sao bằng một nụ cười thay tiếng buồn
Tiếng buồn như nước mắt tuôn
Nước buồn như nhớ nhung buông xả đời

XXV.

Cũng vì trời ngại mưa mau
Hay vì đất ngượng giọt sầu thâm sâu?
Lòng ai tan nát đã lâu
Nhịp chân đảo bước qua cầu mới hay

Cũng vì con mắt say say
Hay vì sợi tóc bay bay trong chiều
Ngày dài mấy dặm cô liêu
Đời liều
Tơ tưởng cũng liều cùng ai!

XXVI.

Em ngồi xõa tóc trang đài
Về mau!
Con mắt chuyển lời mời tay
Nên về cứ mãi say say
Nên về say hãy cứ say…
Vì người!
Cũng vì con mắt em thôi!

XXVII.

Biết bao giờ
Đến bao giờ
Biết sao ngờ được đợi chờ bao nhiêu?
Biết làm sao những buổi chiều
Tình anh đã lắm bao điều xót xa
Chuyện mình hay chuyện người ta
Trăm năm biển động ơ hờ đất trôi

Nhìn ra bốn bể năm trời
Ngàn dâu biến đổi, chân hời hụt chân
Trông xa biết mấy cho gần
Ngó quanh ngó quẩn, tần ngần vấn vương!

XXVIII.

Cũng vì tu đạo cô nương
Quỷ ma hí lộng giáo đường tim anh
Thành ra mắt trắng mắt xanh
Thành ra dựng tóc, thất thanh nụ cười
Những là chín bỏ làm mười
Nên đất đã khiếp
Ông trời ngả nghiêng
Thế là đổ trống, lăn chiêng
Thế là rớt Phật, sa tiên cõi trần
Đời anh mộng ước xa gần
Một mình chợt đứng tần ngần cơn say
Cũng vì những gió cùng mây
Cánh hoa hôm trước đã phai nhụy rồi

XXIX.

Bây giờ lại chỉ thằng tôi
Bước trong trời đất
Ngu ngơ

XXX.

Đời anh cay đắng đã nhiều
Đợi nhau đã lắm trăm điều xót xa
Có người ngồi ngóng phương xa
Nghe gió réo gọi rừng già lá bay
Chỉ riêng ấn tượng phơi đầy
Tình anh biếng dậy, một ngày lại qua
Xa nhau biết mấy cho vừa
Gần nhau gang tấc, mộng lừa cơn mơ
Tiếc nhau một tiếng gọi là
Để yêu em đã yêu ta một thời.

XI.

Trèo lên cây mộng hái mơ
Em về trên lá, phất phơ đợi chờ
Cho dù Đông vẫn co ro
Nụ Xuân đã nở trong ta sõng xoài
Dính vào nhau như cỏ may
Lúa con gái ấy đong đầy đam mê
Bao giờ em có lại về
Anh Chôm Chôm cả trái thề cho em
Trúc xanh lơi lả bên thềm
Hoa Chanh say dáng em mềm trong mưa

Ân đời quấn quít phố xưa
Đỏ lòng xanh vỏ dây dưa ngấm ngầm
Em xa càng nhớ càng gần
Sao cho Đu đủ?
Ngần ngần mới thôi!
Phất phơ xiêm áo dừa tươi
Đẹp lòng mát dạ nụ cười riêng tư
Tình nồng ngát cả thiên thư
Nhớ em Tố Nữ
Mít … thừ người ra!
Cắn vào Xá lị mặn mà
Quê hương mùi vị, thì ra… chúng mình
Hồng hồng gò má em xinh
Sầu riêng tà áo
nghiêng mình làm quen
Nhãn lồng mắt biếc
say men
Nửa đêm thức giấc,
Lại quên…
lối về!

XXXII.

Sáng nay mở mắt nhìn ra
Thấy ngàn cánh bướm
thiết tha cõi đời

Nghe ra thương nhớ miệt mài
Nghe ra luyến tiếc trang đài từ chương
Những là những vấn cùng vương
Những là gió thoảng mùi hương lịm người
Tình già tóc bạc mù khơi
Để tang con mắt lả lơi một thời

Anh ngồi trong gió chơi vơi
Anh ngồi cười nỗi buồn khơi nỗi buồn
Tiếng cười thay nước mắt tuôn
Tiếng cười phiền muộn như buông xả đời

XXXIII.

Tim anh mặc áo mây trời
Gió đưa lả lướt vẽ vời dáng ai.
Quẩn quanh vẫn mái tóc dài
Nhưng mà,
ấy chết!
Liêu trai vóc người
Thơ anh vốn dĩ vẫn lười
Biếng ghi, nhác nhớ,
Tiếng cười… thoảng qua!
Thành ra trong cõi người ta
Trăm năm ngồi nặn óc ra người tình:

Người tình có dáng thật xinh
Nhưng trong thân xác
Đạn
Mìn
Bom bi!!
Mỗi khi con mắt mê si,
Là người anh biết đời đi đứt rồi!
Thân anh loang lổ đạn đời
Đoạn trường bom nổ những lời em ru
Mìn tình anh đạp thiên thu
Thành ngàn chiếc lá vàng như mỏi mòn.
Mùa Xuân ai mất ai còn
Hạ về anh đã xoay tròn xác thân
Lăn trong thế giới muộn màng
Chậm chi có bước chân nàng
Chưa sang
Mà không gian đã ngỡ ngàng
Mà anh dù có ngang tàng
Cũng như…
Bàn tay ai bẫy lao tù
Rúm thân
anh học chữ:
"Từ bi em"!!

XXXIV.

Thương em
mệt nghỉ ước nguyền
Cho năm tháng nhạt ưu phiền… một khi!
Tương tư em tiếng "Thề đi",
Anh về cũng nói thề đi,
thiệt mà!
Nhớ em, lòng bỗng thật thà
Nhìn em, giầy vướng duyên tơ, vỡ đầu!

XXXV.

Kiếp này,
kiếp trước,
kiếp sau,
Kịp thương,
Kịp nhớ
Kịp yêu
Kịp thời
Kẻo mai mốt nữa ra đời,
Ta,
Em,
Không lẽ xa vời
vẫy nhau?

Trăm năm trong cõi trần này
Giữ nhau
còn cả mê say cơ mà
Trăm năm trong cõi ta bà
Tình yêu định mệnh?
Chính là… đôi ta
Trăm năm trước
của mẹ cha
Trăm năm sau
của con ta… chúng mình
Trăm năm này
của điêu linh
Nên yêu nhau thật hết mình
nhé em!

XXXVI.

Trăm năm "giai lão bách niên!"
Hết ôm dĩ vãng
Thôi mềm đau thương
Trăm năm dang dở cuộc đường
Em về bên cạnh
Điên cuồng nhân gian

XXXVII.

Ngày dài đêm ngắn mộng anh
Xem ra
Đã thấy rêu xanh đậm tình
Hai bàn tay đỡ đầu mình
Nghe trong trí nhớ đang hình dung em

XXXVIII.

Đảo điên hý lộng mà xem
Thân anh rung động
Ướt mềm
Khói
Sương
Nhân danh ta
Đấy tình thương
Mà khi không
hụt hẫng
Đường anh đi
Thân trượng phu
Chí nam nhi
Giai nhân khuynh đảo
Ừ thì,
anh đây!

Hai bàn chân đáo cơn say
Rượu, bia, thuốc lá, em
Quay trong đầu
Cho anh thấy nỗi u sầu
Nhắc anh lần nữa cơn đau ngập trời!
Nhắc em lần nữa trong đời
Cho em sống mãi tuyệt vời trong ta
Dù em chẳng ngại chân ngà
Giẫm lên vỡ nát mặn mà
Trong ta

XXXIX.

Xa em, say bước chân ngà
Gần em, ta lại la-đà khói mây
Tay em dìu mấy cơn say
Trong cơn ngất ngưởng
Hồn ngây mộng vàng
Lòng thầm thì những mơ màng
Mơ ngày tháng lạ, mơ ngàn cánh chim
Vút bay trong cõi xa tìm
Em thầm thì nói
Con tim ngập ngừng

XXXX.

Vào Xuân
Khoác sợi tơ hồng
Đan vào áo mới đi vòng nhân gian
Giữa đời Anh bỗng gặp Nàng
Dưới Trời xanh biếc
Chắc bàng hoàng mơ?

Không không!
Vạn hạnh ban sơ
Quê hương sóng sánh bài thơ tuyệt vời
Rượu đây chuốc lại giọt rơi
Tình đây xin chuộc lại thời loanh quanh

Bẵng đi mười mấy năm đành
Thiên thư Phù Đổng cùng Anh nghiêng chào
Kim môn Thượng uyển mời vào
Quyết không phải chuyện chiêm bao ban ngày
Đồng hoa rợp cánh Hạc bay
Cỏ cây xanh lá cho mây say ngàn
Cười lên cho nước mắt tan
Khóc lên cho hạnh phúc ngang nhiên về

Em nghiên.g vai
Ngắn tóc thề
Trăm năm luống cuống đi về chưa quen
Giữa đường đang giấc cô miên
Chợt bùng cơn gió tung viền áo ai
Con chim ríu rít ban mai
Tôi đây luống cuống
Con Trai gì… mà!
Lần đầu lần cuối thiết tha
Mắt Em gió lộng Thiên thu phút này…
Thẹn thùng níu áo sơn hà
Tiểu thư che mặt
Trượng phu say cuồng
Lấy tay vén sợi tóc buông
Nghe Đời hạnh ngộ trên muôn phím ngà

XXXXI

Nghe như tiếng guốc bên thềm
Hình như Em đã theo đêm về nhà

XXXXII

Lại thêm tiếng guốc ngắn dài
Trên thân Anh
Giẫm những ngày xa nhau

XXXXIII

Làm sao được cả đôi đường
Làm sao em hiểu tình thương đậm đà

XXXXIV

Khi mây ngồi ngóng phương xa
Là trong chí lớn
Bao la vạn tình

XXXXV

Trời sinh chi cái
Hố tình
Anh rơi xuống đó thình lình,
biết đâu!

Bác mẹ đã bảo anh rồi:
"Anh chớ có ngó mà tồi người ra!"
Trời cao cũng dặn Anh là:
"Anh mà gần quá thì xa muôn đời!"
Nhưng Anh chỉ có một thời
Để yêu Em
Dẫu vạn đời chia xa!
Nhưng anh vốn tính thật thà
Mẹ dạy thì dạ
Nhưng mà đã xong!

Thế là thân thế long đong
Thế là mắt liếc, môi cong
Cóng người.

Thế là thân phận đười ươi
Ôm ống
Dở khóc dở cười
Cùng em!

- o0o -

Tranh Đinh Trường Chinh

PHẠM VŨ

Mất Tình

viết cho quê hương tôi
thơ 75's - 85's

Thi Tập III

Tự Tình Ca II

Ta
Như đứa bé
trèo lên đỉnh núi
Xem
chiến tranh xớn xác vỗ tay hò
Cho tan tác
phủ lòng đèo
bóng tối
Để chợt bàng hoàng
đánh mất tuổi thơ.

Về phố chợ
tưởng an lòng sỏi đá
Quên luống cầy,
cười nức nở nông phu
Nhưng một sáng
giặc về,
Trâu ủ rũ
Ruộng hoang vu còn lại một mình ta!

Tuổi trẻ
xác xơ
tình phụ Hòa Bình
Về giáo đường
tìm bóng mát người thương.
Người anh thương
đứng buồn
giàn đại pháo,
Có T54
lấp ló cuối đường!

Về tìm bạn,
bạn mơ hồ, dáo dác
Giấc mơ hoa
như chết đứng trong lòng
Bao thế hệ quay cuồng
cơn mộng ác.
Tàn cuộc này,
xót dân tộc long đong.

Ngang trường cũ
thấy thầy ta căm tức
Sử tổ tiên
Lăn lóc góc học đường
Bốn ngàn năm
vun dòng máu quật cường
Tạt vào mặt đứa học trò
tỉnh giấc!

Không muốn thấy
Mẹ ta buồn gỗ đá
Ru chuyện đời
thoảng ngỡ giấc chiêm bao
Không muốn nhìn em
khóc nhẹ ở bờ ao
Dỗ tương lai muôn đời
giờ xa lạ

Ta về phố tìm anh đem Chữ Nghĩa
Lao vào đời mà sống lại Việt Nam!

Paris, 06/76

Tự Tình Ca III

Tài tử, Giai nhân
Thời cuộc lạc vần
Buồn như muôn thuở
Con mắt tình nhân

Công thành Danh toại
Dang nghiệp ấy!
Xót nước xa em
Dở cuộc này!

Hai bàn tay mỏi
Bạc thếch trần ai
Sao giương mãi một lần cung bất lực
Tuổi trẻ đi thêm cùng cực tâm hồn

Lại phá lên cười
Cho Trời Đất dậy!

Đam mê đầy như Chí lớn
còn đây!

Duy Ta và Em
Sao quá đọa đày?

Tài không đợi tuổi
Tình chẳng chờ nhau

Trong men rượu
thấy người yêu lồng lộng
Quý tửu, Giai nhân:
nhất đẳng phiền!

Trong trí nhớ,
Tiếng quê hương vang động
Thi Ca khổ hạnh nỗi triền miên!

Tự Tình Ca V

Một buổi sớm mai
Thức dậy
Mở mắt ra
trên từng ngón tay dài
Thấy thoảng như
miệt mài
đời nghiệt ngã

Có phải
vẫn là Ta
Ngất ngưởng
say từng sợi tóc tay ngà
Mà đã vội
Tưởng như là
đã tận cùng sỏi đá
Mà đã xót xa
Mà đã vội
Ngâm nga đầu tóc bạc

Sinh làm sao
Là sinh không trí nhớ?
Sống làm sao?
Kinh ngạc vẫn đầu môi!

Không lẽ chỉ thế thôi
Trăm năm không thể vội con người
Còn có những mặt trời theo góp mặt

Ta nhìn Ta
Nhìn những quãng đời trôi
Với trăm niềm tin xua bóng tối

"Nhân sinh tử cổ thùy vô tự
*Lưu thủ đan tâm chiếu hãn thanh"**
Hai bàn tay lạnh
Hâm lại mắt Anh
Dầu trống vắng
Cho cái nhìn luôn đầy ắp đam mê

Dù biết rằng
Đời còn trăm nỗi xót xa
Biết rằng Ta
Còn cả đời quật khởi
Vốn liếng đâu chỉ một chút xa vời?

Paris, 14/01/84
** Thơ Nguyễn Công Trứ*

Mật Tình

Em cứ
ngồi xuống đây
Trong đam mê
bóng mát đã thật đầy
Anh bên cạnh
nghe thời gian ngừng lại
Im lặng
nhìn mình
tình tự mê say
Im lặng nghe
mưa gió kể chuyện trời

Cho giấc ngủ thật yên
tình quá khứ
Cho mộng mơ
dầy đặc giấc chiêm bao
Chợt nghe như
tiếng Em
thét, kêu gào
Trong bóng tối
Anh mù lòa mở mắt

Bờ môi người
còn dáo dác trong Anh
Da thịt mình
còn ấm ở trong Anh
Vòng tay
Sao đã lơi
lòng trống vắng
Với cô đơn
ngao ngán
quẩn quanh gần

Trong mất mát
của mối tình giở giấc
Trong tiếc nuối
của cơn mơ tưởng thật
Chưa đã thèm,
cơn mộng đã bay xa
Mật tình
như nhỏ
vòng quanh khoé mắt

Paris, 02/09/82

Vọng Người

Vọng Cố Hương
Hề!
Đau cố nhân!
Người trong giấc cũ,
Hận trong thân!

Ta ngẩng mặt trông:
Hề!
Trăng sáng!
Chỉ một màu tang trắng cõi trần!

Đường bước nôn nao màu thương nhớ
Tình càng xao xuyến sắc phôi pha
Ta,
Em,
Nhân loại
Người trùng điệp
Chỉ gió gom mây dệt mộng
chờ!

Tương tư sinh động
trường giang cuốn
Ngàn năm
vằng vặc
bóng hình riêng
Thương Em
ngụp lặn cõi buồn
Nghe Thi
Tửu
Ứ,
Tràn,
Tuôn,
Ngợp Hồn!

Buồn Tình

Đêm qua
Ta mơ thấy Ta chết
Trên chiến trường Nam Bắc
mù khơi
Trong lửa đạn,
biệt ly nghe thảng thốt
Cuộc phân bôi,
thôi đã thôi rồi!

Thế là giã biệt, lá về với cội
Thế là tử sinh, phút chốc rã rời
Thế là tạm gác cuộc đời bên quán nhỏ
Thế là thôi, ngang trái chuyện Em rồi!

Từ giã người, từ giã cố nhân ơi!
Về trong giây phút, thiên thu rụng rời!
Cũng là chuyện nắng mưa từ kim cổ
Đời ngâm nga chén rượu tiễn quên người

Thế là hết
vĩnh biệt tay ngà
Thế là giờ
phân cách chiến binh
Thế là xong
bạn hữu với cuộc tình
Thế là về
cay đắng với hư vô.

Cũng là chuyện nắng mưa từ kim cổ
Đời ngâm nga chén rượu tiễn quên đời
Từ giã người, từ giã cố nhân ơi!
Về trong giây phút,
Nợ người
Thiên thu!

CỐ QUẬN

Nơi Em bây giờ:
Trăng sao còn sáng,
Hay đêm vẫn còn đầy trong mắt trong?
Nơi Em bây giờ
còn ngày xưa đó,
Hay đã sao dời vật đổi
mênh mông?

Anh đứng bên này
Nhìn qua sông rộng
Anh đứng bên này
vòi või biển xanh.
Chỉ gió cùng mây thênh thang trời đất,
Đành giữ cho em mưa nắng ngày trông!

Nơi Em bây giờ
ngày còn nắng mới?
Nơi xưa bây giờ:
phố có còn tên?

Anh lả bên thềm,
người mệt mỏi
Tuổi ân đời
cằn cỗi
mất rồi Em!

Ngày vẫn qua
nhưng quá khứ cồn cào
Dòng nước trôi
vẫn đầy lòng dĩ vãng.
Anh bên này:
Trời mưa không ướt áo!
Anh ở đây:
Trời lạnh, nắng không vàng!

Em ở đâu?
Chỉ còn chân trời trống
Quê ở đâu?
Hương nhạt mất đường về!
Đất ở đâu?
Bàn chân không lối, ngóng!
Người ở đâu?
Im lặng cõi u mê!

Không lẽ
cứ gửi cho Em
những hẹn hò mê mải?
Không lẽ
cứ giữ cho Em
những nhức nhối đợi chờ?
Không lẽ
cứ lặng nhìn
thời gian qua tê tái?
Không lẽ
cứ giậm không gian
lạ với người?

Anh về nơi Cố Quận,
Gửi muôn trùng Cố Nhân:
“Cố lên người Cố Cựu!
Còn Tình cấm-cố thân!”

Chớp Tình

Chỉ một thoáng thôi

Như ánh chớp
dông đời
điên đảo mộng

Hình ảnh Em
Lại phớt hiện
nhạt nhòa trong trí nhớ:

Những con đường
bụi đất tung bay
Và ánh nắng
hanh vàng trên lối nhỏ…

Anh như đi lại
Trên những con đường lưu luyến ngày xưa
Nghe trên cao
Tiếng chim gọi kêu chiều trong nhức nhối

Và tóc Em bay
Và má Em hồng
Chỉ một thoáng thôi
Cho Anh xin chút mừng vui ngày cũ
Cho Anh thơm một chút nụ hương nồng
Cho Anh xin mảnh trời hồng năm ấy
Cho Anh ngồi thao thức mãi chuyện "vì Em"!

Chỉ một thoáng thôi
Sao Em
Lại chỉ qua như ánh chớp
Để Anh ngồi
Tăm tối với Thời gian?

Paris ngày mưa lớn 29/09/81

Thôi Em, Đừng Tuyệt vọng

Thôi!
Đừng khóc nữa Em
Hãy để dành nước mắt cho ngày mai gặp gỡ

Đừng
Tiếc nuối mãi những ngày xưa
Vì Ta vẫn còn tương lai đầy trước mặt!

Khóc?
Khóc làm chi khi chung quanh
Nhân loại vẫn vô tư cười nói chuyện xô bồ?

Nhớ?
Nhớ làm gì những ngày xưa tháng cũ
Vì trong nhau kỷ niệm vẫn ân cần!

Tiếc?
Tiếc làm gì những trôi qua mất mát
Cuộc biến binh này chẳng biết làm sao

Hãy
Ngẩng mặt lên đi người Em gái
Thôi đừng tiếc nuối những âm xưa
Vì thương yêu đong biết mấy cho vừa
Khi tháng Hạ vẫn còn len trong mắt

Nơi quê xưa con nước vẫn xuôi dòng
Nơi đất khách vẫn đầy lòng chung thủy

Thôi!
Đừng khóc nữa Em
Hãy để dành nước mắt
Cho ngày mai
Hạnh phúc nhất định gần!

THƯ HỈ

Ngày Anh đi cờ vàng rơi trước ngõ
Ngọn đèn mờ nhân ảnh ở ngoài song
Theo tuyệt vọng vượt biên vùng biển vắng
Không nhìn Em đốt vội những vần thơ

Để thương như xa:
Biết mấy cho vừa!
Để nhớ cho gần bên cạnh,
Người ơi!
Để mưa theo Anh đắp cơn mộng ấy
Ngỡ Em nằm cuồn cuộn ở trong mây

Trên bãi vắng Johor kia thức dậy
Ngày sóng đưa ta giạt đến nơi đây
Anh mở mắt trên từng ngón tay gầy
Trong xa cách, Em như về trên ấy

Để trong từng thớ da màu giấy lụa
Có Em nằm nhòa nhạt dậy mùi hương
Có mắt môi và có gợn tóc bồng
Có Anh về bên cạnh tựa ngày xưa

Ngày hôm nay trời như không kịp nắng
Khi tim nằm hồi hộp ở trong Anh
Đợi tin Em, nghe nhớ nhung thành tật,
Người đưa thư như cũng gật theo chàng

Paris đi,
Xông tới những ngày vàng!
Paris nằm,
Sống ngược những ngày xanh!

Trong đêm đen
đỏ ngầu con mắt nhớ
Có người ngồi ôn mãi một điện thư!

Paris, Hạ 77,
được tin các em đi thoát và đến Mã-lai.

Đường cùng

Tôi còn trẻ muốn rong chơi ngoài phố
Hả miệng cười và cao ngạo tương lai
Đừng bắt tôi sớm già trước tuổi
Ngẩn ngơ quay vào quá khứ mơ hồ

Tôi muốn là người
Đem vốn liếng tiềm năng
Đầu tư ngày mai
Ước muốn dựng đời
Đừng bắt tôi ngồi như dĩ vãng
Ôn cuộc đời khi chỉ mới hai mươi

Xin cứ bắt tôi
Xin đừng giết em
Nếu không còn tương lai ước vọng
Tôi vẫn còn tuổi trẻ héo khô

Nếu không được cơm no áo ấm
Nếu không còn hạnh phúc, bình an
Giữa đắng cay của hận thù vênh váo
Xin cho em,
nếu có được lời xin
Xíu Tự Do
từ chân người rơi hão...

Nắng Tang

Nắng ngày hôm nay sao nắng quá
Để da anh ráo hoảnh chuyện phôi pha
Để ngoài kia đất nằm khô dấy bụi
Chút bụi vàng như lối cũ nhà ta

Gió ngày hôm nay gió mênh mông
Tưởng chuyện yêu đương thoảng má hồng
Nhưng quê hương điên đảo chuyện thiên đường
Trong khoé mắt tủi hờn cay giấc mộng

Trời ngày hôm nay sao quá thanh
Như trời hôm ấy áo Em xanh
Sao giã từ nhau bên giàn thiên lý
Để bây giờ muôn dặm cuộc phân ly

Mây trời hôm nay sao quá thưa
Không đủ cho Anh giấu chuyện xưa
Thưa quá hôm nay mây rã rượi,
Chẳng đủ cho Anh bóng mát người!

Nắng trời hôm nay nắng chói chan
Để rõ trong Anh dáng thênh thang
Của người muôn thuở người xa vắng
Giờ trắng như màu đất đang tang!

Paris 16/04/81

Ngẩng Mặt Lên Em

Ngẩng mặt lên đi người Em gái
Người Em quê mãi mãi và muôn đời
Cho dù tóc hãy còn dài nhung nhớ
Cho dù môi đang nứt nẻ chia phôi

Ngẩng mặt lên đi Em!
Cho nước mắt thôi rơi trên buồn tủi
Cho gió qua xua đuổi khổ hạnh người
Tóc bay bay che tâm hồn dẫu nguội

Ngẩng mặt lên đi Em!
Cho trên cao nắng sáng chí quật cường
Ta cùng nhau xóa dần cơn tăm tối
Tương lai về thật rõ đôi bàn tay

Ngẩng mặt lên đi Em!
Để cùng nhau Ta phải thấy một ngày
Ta cùng về bước nhẹ ở quê xưa
Trong hân hoan của những nắng cùng mưa
Trong nỗi mừng của xóm làng muôn thuở

Nên
Ngẩng mặt lên đi Em!
Cho tháng năm qua trong kiêu hãnh đợi chờ
Cho người xưa vững mãi ở xa mờ
Cho cuộc đời
Còn ý nghĩa ở chia ly!

Chính Trị Chính Em

Anh ngồi ngẫm nghĩ
Thiên đường mới?
Một cánh sao băng giữa cõi đời!
Còn đây một ánh trăng đang rụng
Có biết trong Ta những tả tơi?

Ngoài kia cơn gió đưa, mời gọi
Những cụm mong manh đến chạnh lòng
Cho con nước uốn quanh bờ cũ
Đong đầy cơn mộng những chờ mong

Hỏi gió gom mây mấy cụm hồng?
Mà phù du đã gẫy mấy nhánh trông!
Vàng nữa đi Em ngày phai nắng
Khi không
Con nước bỗng long đong!

Ngày mai
Phố đèn thay bóng khác
Cũng bởi vì Ta
Mới
Chuyện xong!

Paris, 5/83

Cõi Nhớ

"Con chim đậu ở cành tre
Con cá đậu ở trong khe nước nguồn"
(TCS)

Thương yêu nước mắt chưa buông
Xót xa còn đọng trên tường nhà Em

Mây xanh đưa đẩy chiều êm
Gió lay lay nhẹ bước mềm Em đi
Thương cho biết mấy đường thi
Thương cho biết mấy Thu đi, chưa về!

Cửu Long chảy chín chiều mê
Hai thân trật nhịp
trăm bề đớn đau
Cõi này cõi nhớ cõi sâu
Cõi xa cõi tạm cõi màu nhớ nhung

Thương Em
Mây vẫn Anh cùng
Bay về Cố Quận
Mưa vùng thương yêu.

Paris, Pâques 82

VÔ TỰA

Ngày Em đến
Ta mải mê ngóng đợi
Cụm hoa vàng
sắp mọc ở trên non
Nên có tới
xin Em âm thầm tới
Ta còn ngồi mà nghĩ chuyện ngàn năm

Vì phố chợ giờ im lìm lặng tiếng
Cỏ xa vời và dã thú đi hoang
Cây đã trút hơi nồng trên xác lá
Để tang người đang đau đớn niềm riêng

Rồi ngày vắng vì đời lăn lóc đá
Em bây giờ còn mơ ước gì không?
Có con bướm trên cành lan thủ dạ
Anh mỏi mòn giương con mắt ngóng trông

Đời của Anh giờ hụt hẫng tháng ngày
Người đâu rồi muôn thuở Việt Nam ơi!
Để rượu nồng không hơi ấm bàn tay
Ta đổ mất cả một bầu ân ái!

Bruxelles, Hạ 76

Rồi Phải Có Ngày Chinh Chiến Tàn

Rồi cũng phải có ngày chinh chiến tàn
Phải một ngày hoa nở rộ ngoài sân
Để có Anh đón Em về bên cạnh
Ngắm nắng vàng trên đất nước canh tân!

*"Rồi cũng phải có ngày thanh bình chứ!"**
Trên quê hương đang khốn khổ điên người
Trên lối nhỏ đời vui mừng réo gọi
Nắng mưa về xanh lại xóm làng ta

Rồi cũng phải có ngày yên vui đến
Ngắm Em ngồi hong lại tóc ngày Xuân
Nghe trong gió tiếng yêu đương rộn rã
Nghe trong hồn say đắm phút thi ân

Rồi cũng phải có ngày Ta đoàn tụ
Cho trên cành chim ríu rít yêu thương
Cho chúng mình thôi nhức nhối ưu tư
Và chúng ta quên ngày tháng đoạn trường!

Paris, Hạ 80 cùng Lê Trạch Lựu

**Lời Lê Trạch Lựu*

Đất Bắc Trời Nam

Ngày đang vui Bảy Lăm chợt tới
Mộng đang thành Em lỡ chuyện Hai mươi
Tóc xanh bỗng rối cuộc đời
Thương nhau một sáng rẽ ngôi sao đành?

Quê hương ta vỡ tan ước vọng
Đất nghẹn ngào nứt mộng phù sa
Sông sâu quẳn quại bao là…
Núi cao sừng sững trong ta nỗi buồn!

Ta nhìn nhau qua gương ngăn cách
Soi bóng mình rõ mặt đau thương
Tuổi xanh nghe nước mắt tuôn
Mộng mơ bỗng chốc cạn nguồn thơ ngây

Ta ngóng nhau bên bờ biển cả
Thấy cuộc đời sa mạc bi ai
Anh đi nhìn ngoái qua vai
Trông Em đứng lại giọt dài lao đao!

Tương tư tương kiến tương lai mộng
Nhớ thêm nhớ thắt nhớ the lòng
Thương Em mái tóc bềnh bồng
Thương người chật dạ đầy lòng thủy chung!

Trăm năm trăm nỗi niềm riêng phận
Nghìn Thu thiên hận nhất dạ trông
Tha hương vun chí tang bồng
Trời Tây ngóng mỗi một phương Nam này!

Từ Chối

Tôi từ chối yêu Em
Dù môi Em đang mộng đỏ son nồng
Và phấn vẫn tô hồng gò má

Thôi cũng đành từ chối yêu Em
Dù phải quay đi tiếc nuối gót hài
Dù phải thấy người dài theo bóng đổ
Cũng đành không dám yêu Em
Khi trong Em khói lam chiều luống cuống
Bờ đê nào nhắc nhớ một quê hương?

Tôi không dám yêu Em
Cũng chẳng cần mưa đêm làm cảnh
Khi trong người phai dấu vết tha hương
Khi trong Em lại đậm đà thương xá
Chẳng còn gì ngoài hào nhoáng Tây phương
Tôi bịt miệng yêu thương
Mặc mắt môi đang say hương tay với
Thôi cũng đành từ chối yêu Em
Dù biết Ta khi về lóng cóng
Dỗ si mê đang hờn dỗi xa vời
Dù biết Ta khi về bối rối
Mối tình riêng bùi ngùi, rất tội!

Mỹ du lần thứ nhất, Hạ 81

xin

Tôi xin các người Việt Nam chiến thắng
Xin một lời rất nhỏ ở trong tim
Rằng dân tôi đã quay cuồng ác mộng
Xin các người dừng mơ tưởng hư không!

Để vũ khí xếp bàn tay chém giết
Quay lưng về mà nhìn lại quê hương
Dân tôi đó triệu con người tha thiết
Suốt cuộc đời cơm áo phận long đong!

Tôi xin các người Việt Nam chiến thắng
Giữa vinh quang xin giữ lại chút người
Đất nước ta đã vụn vỡ hoang tàn
Chủ nghĩa nào mang lại hạnh phúc dân?

Tôi xin các người Việt Nam chiến thắng
Xin một lần này nữa mà thôi
Rằng dân tôi đã mờ người ảo vọng
Xin các người thôi dối trá gian manh.

Cho dân tôi nín khóc dựng lại nhà
Chôn hận thù mà gieo lại ngày mai!

Liège. Hạ 75

xuân cách

riêng T.

Gửi cho Em
cánh hoa Mai mới nở
Mong Em
cười được những ngày Xuân
Dù mộng mơ
đã tan tành ước vọng
Dù nhớ nhung
chết lịm ở trong hồn,

Gửi cho Em
cánh thiệp hồng chúc tuổi
Dù tuổi Hồng
lo lắng đã chơi vơi
Tuổi ngẩn ngơ
ôn đời trong mất mát
Tuổi trăng tròn
sao đêm mãi mà thôi!

PHẠM VŨ

Hố Tình

thơ Paris 1984

Thi Tập IV

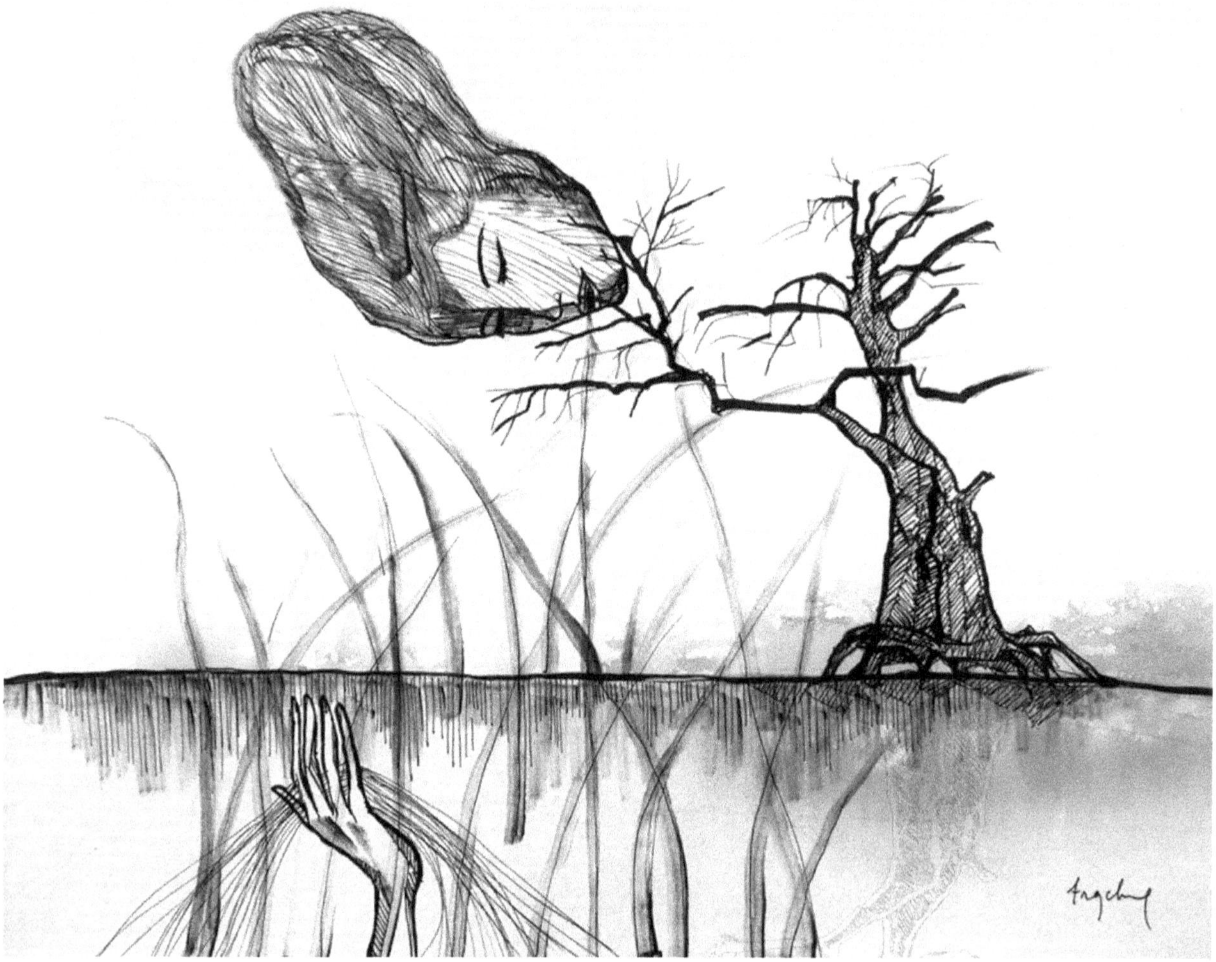

Tranh Đinh Trường Chinh

TỰA

Cứ những lần
Tình không chỗ đứng

Lại giở thư ra
Vấn những người xưa

Hỏi xem:
Trong cõi vô thừa,

Sống làm sao
để cho
vừa lòng nhau?

NHẬP

Ngày với tháng
Là hao mòn tuổi trẻ

Mộng ra đi
Và còm cõi chạy về

Suốt cuộc đời
thành một chuỗi u mê

Khi nỗi nhớ
bạc đầu
câu kinh kệ!

DẪN

Tiếng cầu xin
Là loài ngôn ngữ mới

Khi tiếng người
Thành tiếng xích kêu vang

Ta trói thân Anh
Bằng vòng tay người mãi

Cho yêu thương đầy ắp
Cõi ngang tàng!

Kỷ Niệm

Lần trong tờ thư cũ
Đã thân quen chữ viết
Dù hương
đà phai nhạt
Tình đó vẫn giam tù

Anh cầm lấy
Tình Yêu
Dù
chỉ còn trang giấy
Dù
ý không còn mấy
Nhưng vẫn đấy yêu kiều

Trong phút giây
nghĩ ngợi
Cạnh sắc giấy
cứa tay
Cắt sâu da
ứa máu
Như buổi sáng
xa đời

Ta ôm tay
đau nhức
Vì cạnh sắc tờ thư
Mắt
đầy lời mật ngọt
Thân
vô tình,
chua xót!

Tập Tễnh

Một người tình
làm Anh chóng mặt

Hai người yêu
đã vội u mê

Ba tình nhân,
cả cõi lòng tan nát

Bốn năm qua
xơ xác chuyện phu thê!

Một
  chia phôi, ừ thì Ta cách mặt
Hai
  con đường song cuộc kể từ đây
Ba
  chuyện đời còn lại một cơn say
Bốn
  bể quẩn quanh một dòng hiu hắt.

Một
  cuộc tình rộn rã chuyện thương yêu
Hai
  chúng ta tha thiết mộng trăm năm
Ba
  bốn bữa mà đã là ai điếu
Bốn
  mắt nhìn nhau, xa vắng buồn căm.

Em thế nào
　　mới là Em trong mộng
Ta bao lâu
　　mới thoát chuyện ly kỳ?
Đời làm sao
　　cho hết cảnh chia ly?

Một!
Hai!
Ba!
Bốn!
Mải
Bước
chân
trần!

Hằn Học

Bước một bước
để xa nhau một bước
Nhắm mắt nhìn
cho khỏi thấy tương lai
Trong đớn đau của tan vỡ hình hài
Bàn chân lại
trở lui ngày tháng trước:

"Hãy cười đi Em
Cho đời dễ chịu!
Hãy ngồi đây vuốt lại áo lụa tơ
Vì tương lai Em đâu mấy thời giờ
Mà nhấp nhỏm học đòi cùng năm tháng?

Cười nữa đi Em
Cho mắt có đuôi
Cho ngàn nếp xếp dần theo tội ác
Để mai sau khốn khổ với cuộc đời
Không nụ cười,
Còn vết nhăn… vớt vát!”

Im một tiếng,
Cho
ngôn từ tê tái
Nói một lời,
Nghe
ngôn ngữ chua cay.
Miệng môi
bỗng hở răng
cười,
Cho Anh thấy nỗi ngậm ngùi…
Thất Thanh!

Paris, 5/84

paris

Paris!
Thành phố thân
        như một phần sự sống
Đã một thời
        Anh lồng lộng tình yêu
Thuở sinh viên
        đã có những buổi chiều
Ta bước nhẹ nghe vui
        Lòng phố trống,

Cho Anh nhớ
        khuôn mặt Notre Dame*
Đầy tình tứ
        trong một lần cúi xuống
Nhìn đôi môi
        cho Anh động lòng tham
Gọi Em tôi
        là
        tất cả thiên đàng!

Người đều nói
        yêu thương là bão nổi
Có bằng mây
        cuồn cuộn trắng cả trời
Những chiếc cầu đồng lõa
        nối bờ nhau
Cho tay níu vào tay
        đan sông núi.

Gió muôn phía
        mơn man làn tóc rối
Lá đuổi nhau
        vàng đỏ Park 'Souris,**
Ta dìu nhau
        cho thành phố xầm xì
Từng quán nhỏ,
        từng quartier*** đắm đuối.

Paris!
Ta với ngươi
        hãy còn nhiều dan díu
Đã cùng nhau
        chứng kiến những hợp tan
Ta với ngươi
        đã bao lần thông hiểu
Chuyện yêu đương
        như
        Một giấc mộng vàng.

Nếu khác biệt
        Phải chăng là năm tháng?
Người lả lơi theo âm hưởng bốn mùa
        Duy có Ta
Chỉ vui vì con nắng
        Nên suốt đời
        đau mãi chuyện ngày mưa!

**Notre Dame: Vương Cung Thánh Đường ở Paris cũng có nghĩa Em tôi*

***Park Montsouris, công viên đối diện cư xá sinh viên quốc tế Cité Internationale ở ven lề quận 14, Paris.*

****khu phố*

Gặp Em Bất Chợt

Ngày Paris nặng nề cơn khốn khó
Mưa có về chỉ thêm lạnh đôi vai
Kỷ niệm xưa thêm khốn khổ lạc loài
Khi mây kéo âm thầm trên phố nhỏ

Anh vẫn biết xa xôi như sóng dữ
Cuốn trôi đời có những bước chân Em
Nghe như tiếng réo bên thềm
Nửa đêm chăn gối đã mềm cô đơn

Xin cho Em còn yêu thương trong mắt
Xin cho người không gợi vắng xa xôi
Vì trong Anh là đau đớn buông xuôi
Khi chợt thấy khói tình bay thất sắc!

Anh không còn chờ Em như lòng cố
Ngoảnh mặt đi chối bỏ đến hình hài
Trong khoảnh khắc căn phòng Anh tê tái
Tiếng Em vang như hạnh phúc lạc loài

Paris, 26/03/84

Chọn Lựa

Có chọn lựa nào
mà không mất mát
Nắng cuộc tình nào
chẳng nhạt ngoài hiên?
Ở đây trong cõi cô miên,
Một trời yêu?
Vẫn là thiên tình sầu!

Có bước chân nào
mà không lầm lỡ?
Có mộng bao giờ
chẳng thật hư vô?
Trên cao trăng vẫn la đà,
Dưới đây
Em đã bước xa chuyện mình.

Có người thương nào
            mà không hờn giận
Có hạnh phúc nào
            mà chẳng mong manh?
Ngoài kia gió đổ rơi cành,
            Trong Anh
            Em đã tan thành khói mây!

Có tháng năm nào
            Bạch Câu chậm vó?
Chỉ phút giây này
            bão tố cuồng phi.
Cho dù con mắt mê si
            Bờ môi
                đã ngậm đắng
                    vì bờ môi!

Khói Mộng

Thả bay
tàn khói
đời dĩ vãng
Rũ phong trần
Nghe ra Lãng đãng
một giấc mộng vàng
với thời gian
Mà trông như thể
không gian ngỡ ngàng
Cũng là
bóng theo hình
vội vã
Mà xem như
cơn sóng lỡ triều xa
Trông ra
vẫn những mặn mà

Nhìn gần,
con nước hôm qua
Bọt bèo
(Trông ra vẫn mãi như là…
mặn mà con nước Bọt bèo hôm nay)

Qua cành lá
véo von tình xa lạ
Đất ôm chầm
bóng Hạ đổ chiều hôm
Dáng xưa
dạ réo trong hồn
Giữa cơn ước vọng
chập chờn gió lay
Vòng quanh say mãi tình quen thuộc
Rủ rê người đừng vuột đam mê
Tàn hơi khói
Mộng phu thê
Tả tơi thời cuộc,
Nặng nề thế nhân

Clichy, Hạ 82

Hố Tình

Trời
Sinh chi
cái
Hố Tình!

Anh
rơi
xuống
đấy
thình lình
Biết
đâu?

Bác Mẹ đã bảo từ lâu:
Anh chớ có ngó mà rầu người ra
Trời cao cũng dặn Anh là:
Anh mà gần quá thì xa muôn đời!

Nhưng Anh
chỉ có một thời
Để yêu Em
Dẫu vạn đời chia xa

Nhưng Anh
vốn
tính
thật thà
Mẹ dạy thì dạ,
mà là
đã
xong!

Thế là
thân thế long đong,
Thế là
mắt liếc môi cong
cóng người
Thế là
thân phận Đười Ươi… ôm ống!
dở khóc dở cười
cùng Em!

Ta, Em và Thơ

Một nhịp đời
        bập bùng trăm nét
                Một người
        thương để ghét
người thương?

                Trông ra:
        nhộn nhịp phố phường
Ngó vào thân thế:
        đoạn trường loanh quanh!

                Đã là những đam mê địa chấn
                Có là hằng âu yếm ngân vang

Xem Ta:
        Một cõi ngang tàng!
Bước vào:
        Lại thấy ngổn ngang mối tình!

Nhớ nhung
            vẫn
                thình lình vó ngựa
                        Chạy vào đời
                bằng cựa
                        sắc dao

Tình trong:
ngoài đã lau chau!
Tình ngoài:
trong
đã
đỉnh đau điếng người!

Trong hạnh phúc
Ngôn từ chới với!
Dưới khổ đau:
Chữ nghĩa tơi bời!
Ta
Em
Còn lại một nơi:
Thi Ca
Để nhớ một thời nên thơ!

Paris, 14/01/84

Lần cuối cùng em

Trời có mây
và
tà áo trắng
Sáng cả lòng
chói lòa mắt người thương
Những là
tưởng với mong
và
hy vọng
Thật
đã
nhưng với thế
vậy
xong rồi!
Thế là
cơn sóng ra khơi
Thế là
mưa gió
ru đời bọt tan

Trí nhớ
đã xác xơ
vì cuộc ngắn
Bàn tay trần
bạc trắng
kỷ niệm chung
Anh ngồi
vuốt lại
lưng tình cũ
Một chút hương bay
thoảng lịm người
Vẫn là
nhớ với nhung
xanh trắng mắt
Để cho
lòng quá quắt
chuyện Em, Tôi

Ngày mai
        phố xá vui lòng mới
Một chuyến xe qua
        lỡ cuộc chơi
Trong phút say men
        quay mặt lại
Mong Em
        không đắm cuộc phong trần
Duy Anh
        tình đóng chung thân
Một trăm con hạc
        cùng lần vút bay!

Paris, chủ nhật 11/03/84

xa xôi

Đặt viết xuống kể Em nghe lần cuối
Chuyện vui buồn mưa nắng những ngày nay
Trời Paris như phủ tuyết vai gầy
Trong hốc hác của cuộc tình ung thối.

Chiều hôm nay phố vàng cơn sinh động
Anh lang thang điên đảo với tơ vương
Anh ngu ngơ đi dạo với nỗi buồn
Trong nhung nhớ ngỡ là người tình mộng

Champs Élysées đã là đồng hoang vắng
Khi con người ôm nặng nỗi niềm riêng
Arc de Triomphe như ngạo giấc cô miên
Khi biết Anh lại trường thiên lóng cóng

Để hơi lạnh theo men bia khêu gợi
Một trăm nghìn con bướm lượn ngoài kia
Mà trong Anh hoa đang héo nụ cười
Cho chợt thấy loài người thêm thấm thía

Anh từ chối làm thơ
Để gợi hồn một dáng mơ yếu đuối
Khi chữ viết chỉ là cơn bất lực
Một chút men trang sức nỗi ngậm ngùi!

Chiều Café Champs Élysées, 16/03/84

Lần cuối, cùng Paris

Tình yêu
như đời sống
Đời sống
như đất trời
Đất trời
như ước vọng
Phủ sương mù hoàng hôn!

Hoàng hôn
như tình yêu
Trong lặng lẽ
cuối chiều
Bỏ Anh
không chếc bóng
Không mặt trăng, mặt trời

Đời sống
như đất người
Đầy ắp
những rụng rời
Mà Anh
lại như người đi dạo
quên dù

Nên cứ mãi thầm xin

Trời đừng vội
mưa mau
khi gặp ngày nắng tới
Thế mà
nhiều khi về tới nhà
Vẫn ướt đẫm tóc tai!

Tình yêu
như đời sống
Mà tim Anh
lại đập nhịp
ân cần

Nên
những khi
chiều chậm xuống

Vẫn
cứ mãi
thầm mong
Xin khói mây
không che nổi Đất Trời

Vì cho dù
vết thương
còn rất mới
Khi xa Em,
Anh vẫn phải làm người!

Chúng ta
như tình yêu
Níu thương nhau
như buổi chiều
níu nắng

Ôm vội vã,
siết
cho mềm trống vắng
Mà tình đời
rồi cũng mãi
hoàng hôn
thôi

trên chuyến TGV rời Aix-en-Provence về Paris,
cuối Hạ 84

Từ Giã Paris

Giữa buổi sáng
Phố và mây
nín lặng
Ngồi bên Anh
Nghe xa vắng
huênh hoang

Nghe quanh đây
luống cuống
những ngỡ ngàng
Ngày đang lên
Chợt bàng hoàng
tắt nắng.

Tình rất trẻ
đã nghe
già nhung nhớ

Bạn chưa vàng
Đã bạc chuyện bỏ đi

Mộng thật cao
nhưng vực thẳm mở ra
Làm hạnh phúc
thác rơi
thành
nghiệt ngã!

Ngọc không xanh
Cho mùa Đông tàn tạ
Anh ngại ngùng
Nghe man mác
cách phân

Sương bạn hữu
Vỡ nhòa theo mưa gió
Ngỡ lá vàng rơi vội
giữa ngày Xuân.

Anh vẫn biết
Vẫn tin
Và vẫn sợ
Những thình lình dâu bể
chẳng vì đâu

Những đổi thay
mất mát
ở trong nhau
Trong thảng thốt
Bao con đường bỏ ngõ

Thì đấy nhé!
Đừng trách Anh sao cứ mãi
Sống vội vàng
bấu víu lấy yêu thương

Sống chết bỏ
mỗi khi còn được sống
Sợ ngày mai
Hấp hối nỗi đoạn trường

Paris ngày mưa lớn 03/84

Dĩ vãng

Giữa đớn đau
của
muôn vàn im lặng
Tiếng nói người
như
ngàn vạn kim châm
Là sỏi đá
lạnh lùng thù hận
Là mảnh gương
chắp nối vỡ tan.

Anh là mây
nên non ngàn quấn quýt
Tưởng như đời
cũng lãng đãng mà thôi
Tim vẫn biết
cưu mang dòng tha thiết
Chợt nghe ra
máu vỡ mạch, thôi rồi.

Anh vẫn muốn
gió yên và sóng lặng
Giữa cuộc đời
còn một chỗ dung thân
Giữa tha hương
cho mình
thấy thật gần
Một bàn tay
cho ngày vơi trống vắng.

Có lẽ
Tây phương
đã là liều chất độc
Mà yêu thương
là viên thuốc bọc đường
Với những đam mê
đưa đường dẫn lối
Để một hôm
nghe ác mộng
ngấm vào tôi.

Tại sao sống
với cương thường đạo nghĩa
Đẩy đưa người
đầy ắp
những thương yêu

Cho thân Anh
cao lớn chuyện Em Tôi

Cho mắt Anh
ngập đầy
hồn thấm thía.

Mà một sáng
sương mù từ muôn phía
Phủ lên Anh
vạn nanh vuốt
gầm gừ!

Ừ
thì đấy,
Ta là Ta kia đấy!
Mà nghe ra
đã vỡ nát tâm tư

Ừ thì vậy
Ta vẫn Ta đấy chứ,
Sao tương lai
vô nghĩa
với hình hài?

Trong một phút
hận vô cùng mất mát
Thấy hôm nay
là dĩ vãng
kéo dài!

Paris, 04/80

cười tình

Nghe ra
thương
nhớ
miệt mài
Nghe ra
luyến tiếc
trang đài
từ chương
Những là
Những vấn cùng vương
Những là
Gió thoảng
Mùi hương
Lịm
Người!

Tình già

tóc bạc

mù khơi

Để tang

con mắt

lả lơi

một thời!

Anh ngồi

trong gió

chơi vơi

Anh ngồi

cười

nỗi buồn

khơi nỗi buồn

Tiếng cười

thay nước mắt tuôn

Tiếng cười phiền muộn

như
buông
xả
đời

Gặp Em bất chợt, 22/03/84

HỐ TÌNH II

Trời sinh ra ánh sáng
để mà chi,
Khi gặp gỡ
vẫn là
trong bóng tối?

Trời cho Ta đôi mắt
để làm gì,
Khi yêu Em,
mù lòa vì tóc rối?

Bác Mẹ răn bảo
để mà chi,
Khi đam mê
không câu nề phép tắc?

Những đắn đo, suy nghĩ
để làm gì,
Khi đắm đuối
Vẫn tin vào phản trắc?

Cha cho Anh đôi chân
thêm chết lịm
Khi gặp người
không cận chạy, xa bay!

Mẹ cho Anh đôi tay
không xua đuổi
Lại ôm chầm
cho gai nhọn nát tim!

Riêng Anh
Trong điếc câm của mối tình rõ mặt
Trong mù lòa của lý trí đi hoang,
Trong nhức nhối của say mê hốt hoảng
Thấy đời Ta
Hố tình
Rơi
Trắng mắt!

Một khoảng đen
cuốn hút chuyện tương lai
Một vùng *sable mouvant**
ớn tóc gáy
Thế cũng thà
Rơi xuống vực thương yêu
Cũng đành vậy
Ngập sâu cho vẹn nghĩa!

** Sable mouvant: quick sand. Bẫy cát (PV).*
Nói như Lê Uyên Phương: vũng lầy của chúng ta

Non Nước

Tôi
Em
Mình
Đôi Ta
Hứa hẹn:

Đất
Trời
Non Nước
Vẹn tình duyên

Đến bao giờ
Ta lấy nhau
Thương đau
Chờ Hạnh phúc

Thương
Ghét
Hận
Hôm nao
còn day dứt

Một buổi mai
kết thúc
Chuyện đôi ta

Thế là
mây
cùng
sông núi đổ
Mộng tương lai
ngổ ngáo
với
Sông hồ

Trời
Sinh
Em bé
cho người tiếc

Ta
Sinh ngôn ngữ
giết
mưu đồ!

VÔ TỰA

Mây thấp
dưới
bao nặng nề
ấn tượng
Mở đôi tay
mường tượng
đến người xưa
Buổi yêu Em
nghe muôn thuở
giao thừa
Cho sa mạc tha hương
tình mưa xuống!

Rồi
quay lưng lại
mà
tìm nhau vật vã
Cúi mặt nhìn Em
Bóng đã nhạt nhòa

Bước chân
vào
lại hôm qua
Trong phố
thấy xá
vắng
tà áo ai

Biết rằng
Chuyện
vẫn là
như sương mai
Giọt dài
giọt ngắn
miệt mài phôi phai

Bởi
trong tư tưởng
một vài…
Gió trăng
đã
dựng trang đài,

Thoảng như …!!!

Tha Hương

Làm sao quên Em?
Khi ký ức đã ghi đầy hình dáng!

Làm sao mất Em?
Khi xác thân đầy dẫy mắt môi người!

Làm sao vắng Em?
Khi vòng tay ôm mãi bóng trong hồn!

Làm sao không nhắc đến Em?
Và thâm tâm
vẫn âm thầm kể chuyện
Khi tình yêu là điều tuyệt vời nhất

Mà sao không gần được nhau?
Cho khổ đau
gọi tên Em
nhức nhối

Thời gian
thêm bối rối

Hiện tại
ngỡ chiêm bao

Quá khứ dẫu qua mau
Khi tương lai mất lối

Con mắt phải quay đi
Mà tìm ra lối về!

Anh
bịt Mắt
Không
nhìn Em
lần cuối

Tôi
bịt Tai
Cấm
năn nỉ
len vào

Ta
bịt Miệng
Giam cầm
lời yếu đuối

Mũi
ung dung
tạc lại
Xác thân đời!

Từ đấy
Anh
làm
kẻ tha hương
Nên
đi đâu
Cũng níu kéo
Mãi
một Mùi!

Cho cuộc tình cuối TGV
Lyon - Paris 2/04/84

Cùng Nhau

Thế là
Em lấy chồng
Vu qui đỏ thiệp hồng

Em
cùng người
hợp mặt
Ta cùng Em
xa lòng!

Em rồi đi lấy chồng
Ta hợp cẩn cô đơn
Trăm năm
chăn gối mộng
Chồng chất
thương
chập chờn

Em chắc cũng lấy chồng
Anh lo xa gom góp
Mọi yêu thương thoi thóp
Khi xa Em
để phần!

Ừ!
Em cứ quay mặt
Ta đêm đêm trăng mật
Ta ngón tay
đeo nhẫn
Nhẫn nhục
xác thân trần!

Em
bỏ Anh
lấy chồng
Nghe
tim
mẻ
một phần

Rượu
say
cùng
giọt nắng

Trong
tiếng hát
còn
vang!

Em
bỏ lại
chiều vàng

Ừ!
Thôi thế
cũng xong

Coi như
đời
lại dở
Coi như
tình
lại dang

Em
Rồi
đi lấy chồng

Tối cùng Ta
mênh mông

Đêm cùng Ta
gác bóng

Cùng thấy
một vầng trăng

Cùng mơ
tình nhân chẳng

Cùng sống đời
Biết chăng?

Paris 03/82

Một Mình

Chắp hai tay
sau lưng
mà ngó
Đếm bầu trời
từng ánh sao đêm

Ngước lên cao
Thấy
nụ cười

Cúi nhìn
thấy
bóng một người
đứng co

Ta không Em
Đứng quanh
đứng quẩn

Anh không người
Ngó tới
ngó lui

Nhấp nha
nhấp nhổm
đứng ngồi

Chợt nghe
như
vẫn cả đời
ngóng ai

Đường chim bay
còn
xanh
kỷ niệm

Đường Anh đi
hụt hẫng
chân ngà

Chuyện mình
thành
chuyện người ta

Thành
như
cánh bướm
lạc hoa
Rã rời.

Hai chúng ta
lời mời
còn mới

Chuyện thiên đường
vẫn đợi

người sang
hành
những muộn màng

Thành mây
kéo lại
trên
hàng cây
khô!

Paris 03/81

Chính Tả

Em đi!
Chàng
gật gù

Bỏ mặc
lá mùa Thu

Mùi tình
chợt
âm u
Trong ly
cà phê cũ!

Em
bỏ đi
mặc lòng!

Ước hẹn
thế là
xong!

Ngày mai
cùng
trên phố
Có còn
thấy
Anh
không?

Em
đã đi mất rồi!
Mắt
khô
cùng tóc rối

Anh
đứng
giữa khung trời

Lại có
cớ…
Mà thôi!

Anh
còn
bồ chữ nghĩa

Đem
ghép
Lại thành bài!

Đợi
tình yêu
dừng lại
Đọc
lời mời
Mai kia!

Có
cô bé
đi ngang
Chắc là
cô thấy chàng?

Liền vu vơ ngôn ngữ
Bao giờ
cô lấy chồng?

Lại vụng về chính tả
Bao giờ cô lấy chàng?

Loay hoay
tìm
chữ đúng
Quay
nhìn
Chỉ còn
Ta!

Paris 24/02/81

MẪU TỰ

Sao A.
không phải là Em?
Với mắt môi ngọt ngào đời sống?

Sao B.
không phải là Em?
Cho tiếng cười
Anh giấu nhẹm trong thân

Sao C.
không phải là Em?

Cho Anh
mãi bên thềm
mơ mộng

Trong hoàng hôn
lạnh trống thở dài?

Sao T.
không phải là Em?

Để thời gian
qua đi
trong mất mát
Đất ngỡ ngàng
xa lạ
với hôm nay?

Sao V.
không phải là Em?
Anh ngồi im
nghe đã thèm
tiếc nuối

Cúi mặt
nhìn
Hiện tại đã vào đêm?

Sao G. không phải là Em?
Sao H. không phải là Em?
Sao P. không phải là Em?
Sao N. không phải là Em?

Sao
Em không phải là Em?

Sao
thơ Anh
đã
khản
Tiếng tình?

PHẠM VŨ

Thơ ở Mỹ

thập niên 90's

Thi Tập V

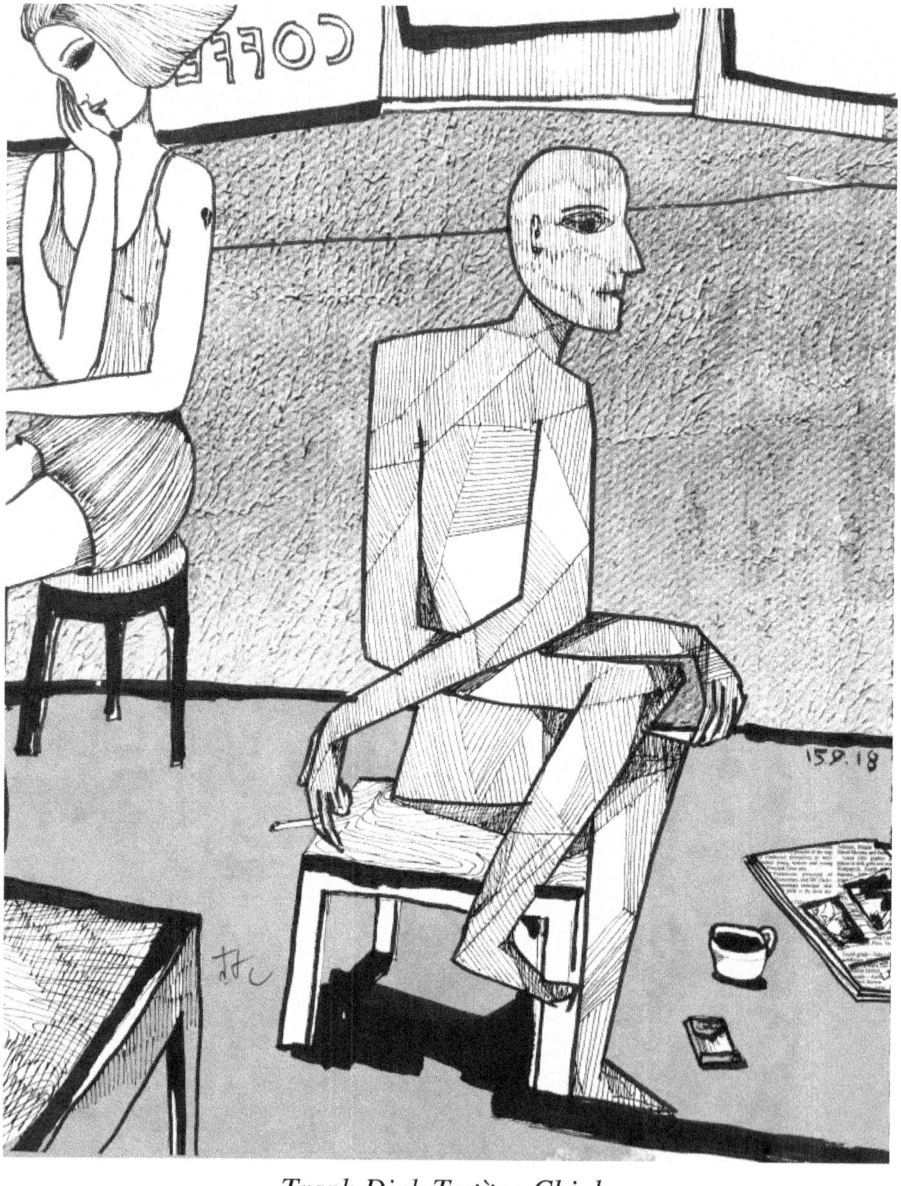

Tranh Đinh Trường Chinh

MỞ

Ngoài kia Thiên hạ:
nghìn con nước
Chảy quanh đời
bằng vạn tiếng nhởn nhơ
Chỉ trong đây
Có Anh nhìn thuở trước
Ngỡ như Đời là chuyển ước của Mơ

Có phải chăng,
Những người xưa muôn thuở
Là chút tình thoáng gặp ở vần thơ?

Quá Vội

Trời
Mây
Nước
Đổ dồn về
gặp Đất.
Không gian đây
tí tách
phút nhiệm mầu.

Em vũ bão
giữa thời gian tưởng mất
Dâng trong anh
một nỗi nhớ…
bắt đầu!

Trời vội nắng
trên tóc em rất ngắn
Anh vội như…
thuở mới biết yêu nhau!
Đam mê chờ Em qua
vội nhắn:
Môi hôn đi!
Cho một thoáng…
                    thật gần!

Ngày nắng tới ươm hoa đầy lòng đất,
Phấn thông vàng cho một sáng lung linh.
Chim xoãi cánh trong lòng anh dã hạc,
Mắt em đen như một tối rất tình.

Trong một sáng nhoài người trên nỗi nhớ
Hồn dại khờ theo năm tháng đi hoang
Dây ngũ sắc rối chân chàng phiêu lãng
Vội vàng ư?
Năm tháng có bao giờ?

Seatle, 97

Mai Anh Đi

Mai Anh đi
phố không đèn bối rối
Con đường tình mò mẫm lạc trong tim
Rương trí nhớ tối xầm hồn khép vội
Chân tay buồn như trạm bus về đêm.

Mai Anh đi?
Hàng cây buồn chấu cắn
Nhựa khô cành, ngọn lá chẳng đơm hoa
Mai Anh đi?
Rễ cồi qua kẽ đá
Chạy quanh đồi nghe ngóng tiếng chân quen.

Ngày tháng tới
chen nhau
giành kỷ niệm
Có gì đâu:
Sợi tóc vướng sau hè!

Mai Anh đi?

Xa vắng rủ nhau về
Rũ rượi cười

Tóc
bạc
giải
cô
miên!

Mai Anh đi

Buồn?

Đâu có gì nghĩa lý!

Khi cuộc đời

cắn bút

chữ chia ly!

Garden Grove 4/95

Sinh Nhật Khai Bút

Đôi cánh bướm chập chờn
Hay tay vối?
Nụ hoa vàng,
Hay ánh nắng hôm nay?
Phố,
   Núi,
Đồi,
   Biển,
Cát
Đã cùng say
Hạnh phúc ấy rạng đông xua bóng tối.

Chữ đã định mệnh lòng trang giấy mới
Máu ngược dòng khao khát gõ nhịp tim
Cho mạch lạc hồn xiêu mờ tỏ lối
Em thiên thai xanh ngát ruộng nương tôi.

Cây cỏ ngóng chân chim chiều thủy mạc
Sông trườn mình dõi mãi cánh buồm xưa
Trong im lặng,
nghe lời mời trỗi nhạc
Tết trong Anh,
Đêm chợt khúc Giao thừa:

Nghe pháo nổ
Điên cuồng năm tháng đó!
Thấy hoa rơi
Tha thiết phút giây này!

Laguna Hills, 09/92

Ta và sách

Đưa Em đi học
Trở lại trường thi
Lòng có đôi khi
Nghe tình chất ngất

Phố lạ người dưng
Chậm bước lưng chừng
Chân nặng nề chân
Hồn như chập chững
Đi lại đường xưa
Nỗi nhớ đong đưa
Phượng thắm đỏ lòng
Tim Anh tan vữa

Ta ba mươi năm
Quẩn quanh phố thị
Sách ba mươi năm
Những dầy tâm trí

Người có đôi khi
Bạc lòng, phai mặt.
Ta vẫn đôi khi
Như từng trang sách
Mở ra dưới những
Ngón búp tay ngà
Đam mê ngại ngùng
Núp sau mặt chữ.

Cal State L.A. 86

Mười Điều Răn Em

I

Em là người đẹp.
Nên Em có quyền mua, mượn, thử, xài, giữ, quăng, cho bất cứ loại nước hoa, son phấn, hàng họ, đồ dùng, người hay thú vật nào Em thích hay không thích.

II

Em lại là người rất có khiếu về mỹ thuật nên Em có quyền dùng tất cả những màu sắc… (tự ý đục bỏ) nhất, những kiểu… (tự ý đục bỏ) nhất: bó, rộng, dài ngắn…(cũn cỡn, kệch cỡm chỉ là những tĩnh từ lỗi thời, cổ hủ).

III

Em có quyền nói năng đi đứng chạy, nhảy, nằm ngồi ngả nghiêng ưỡn ẹo… (nếu Em không làm một trong những động tác nêu trên chỉ là Em thấy nó kỳ kỳ, không thích, vậy thôi!). Vả lại, từ lúc sinh ra đời, Em luôn luôn làm chủ thân xác và trái tim mình cơ mà!

IV

Em có quyền, toàn quyền quyết định mọi việc vì Em là người rất giỏi. Em biết cách thu xếp mọi chuyện trong và ngoài nhà, nên nếu ai có điều gì thắc mắc, chỉ cần hỏi Em là đủ. Mà thắc mắc cái gì?
Em lại có khả năng tiên liệu mọi thứ, bất kể thứ gì, kể cả những chuyện chắc không bao giờ xảy ra

V

Em là người có cái nhìn rất bao quát về những người chung quanh.

Em lại không bao giờ bị gò bó trong giới hạn tiêu pha, vì Em biết cái gì cần (quần aó thời trang hay giầy kiểu chỉ là chuyện nhỏ…).

Em lại là người thích biết nên hay hỏi… không ngừng.

Em bao dung với mọi người nhưng rất ghét những câu trả lời không ăn khớp… Của Anh.

VI

Em có tất cả các quyền của đàn ông và đàn bà,
nhất là những quyền mà đàn ông không có.

Điều đáng nói là Em lại có quyền ban phát quyền cho người khác, hoặc rút lại bất cứ quyền nào mà không cần báo trước,
nhất là không cần phải giải thích lý do.

Em là người có tài tháo vát, quán xuyến mọi chuyện từ trong ra ngoài.
Chuyện hôm nay thế này, mai thế khác chỉ là câu nói ganh ghét của hàng xóm.
Em toàn quyền phân chia công việc.
Giang sơn Em đâu phải chỉ trong nhà.

VII

Em toàn quyền quyết định đối tượng giao tế của mình, và của những người chung quanh,
nhất là anh.

Em có quyền làm bất cứ điều gì,
vì Em lúc nào cũng có lý.

Không người nào có quyền ngăn cản Em làm điều Em muốn.

Những người như vậy đáng bị Em bầm dập
bằng âm thanh và tiếng nói,

vì Em muôn đời có lý… của Em!
Đó lại là quyền của Em, xin nhắc lại!

Xin Trời Phật luôn ở bên Em để cứu giúp những người này,

nhất là anh!

VIII

Và vì Em tuyệt đỉnh thông minh,
cực kỳ diễm lệ,
lại rất dễ thương
nên Em còn có thể không dùng đến một
hay tất cả những quyền trên,
kể cả những quyền em chưa nói đến,
để chứng minh một điều gì, cả về Em.

IX

Em lại còn có quyền nghĩ thêm những quyền khác mà không,
chưa được nêu ra
hoặc chưa ai nghĩ tới
(điều này chứng minh hùng hồn nhất về
sự kém cỏi của nhân loại đối với Em).

Em toàn quyền sử dụng hay không,
một phần hay tất cả,
sửa đổi, thêm bớt,
giải nghĩa hay không giải nghĩa cách diễn đạt,
thi hành hay áp dụng tất cả các quyền trên
đã có, sắp có hay không bao giờ có.

Và như thế,
Em có quyền cho Anh bất cứ quyền gì,
ví dụ… (đục bỏ)

X

Anh chỉ có một q… (tự ý đục bỏ)
duy nhất và sau cùng là được gọi em là Em,
với tất cả ý nghĩa sâu xa
và đơn thuần nhất của ngôn từ Việt ngữ.

Laguna Hills, 2/94

Ghi chú: Tất cả những sửa đổi, thêm bớt, ghi chú, cải cách hay cắt nghĩa, giải thích về những điều răn trên đã được nàng thấy không cần và đã cho ngay vào sọt rác… từ đầu.

Bài Thơ Không Vận

Em yêu dấu
Anh cũng đành xin em thứ lỗi,
khi đã chợt ngồi bần thần ghi lại những âm xưa,
Những tha thiết, những đam mê của chúng mình
đã đang được Anh tiếp tục,
mặc dù mình đã xa nhau như vĩnh biệt.

Anh tiếp tục viết
Để khám phá ra tình yêu
Không ngừng ở một bờ môi, ánh mắt
Hay xác thân cuồng nhiệt
Nhưng lại như là Một cây-hồn-anh
đang đâm chồi nẩy mộng
Mỗi lần ta quen nhau.

Anh cũng đành xin em xá tội

Khi yêu em vẫn viết mãi âm thầm
Những vần thơ vội vàng đầm ấm
Có lẽ tại anh cao hứng bốc đồng
Có thể vì anh vi vút ví von

Nhưng có một điều chắc chắn
Chữ nghĩa anh loanh quanh
Trong vòng vây em hờn dỗi
Đâm ra
Thơ luống cuống, ngại ngùng

Em
Anh lần nữa xin em đừng giận
Thấy anh ngồi lóng cóng bàn tay
Trong trí nhớ lùng bùng kỷ niệm
Khi quen em lần nữa sau này

Xác thân anh rạn nứt
Khi tình ta lớn mạnh
Đơm hoa lá thành hình
Cho đôi ta bóng mát

Chia Trí

Kính mừng Maria
đầy ơn phước
Đức Chúa Trời ở cùng Bà
Tình yêu người ở cùng Ta
Như niềm tin thuở trước

Kính mừng Em ở cùng tôi
Tôi có người, xin vậy thôi
Tiếng kinh cầu rất khẽ
Trong tim anh bối rối

Giữa hai hàng tóc mượt
Có con mắt tròn xoe

Lòng tin thờ thẫn bước
Trên thánh kinh cầm ngược

Bình phương tà áo ai
Qua khe cửa giáo đường
Quái ác cơn gió lay
Nghe tiếng chuông lạc hướng
Dưới đôi chân
cỏ dại.

Nhân danh Cha
và Con
Bỗng đôi tay
quỷ quái

Xô lệch
dòng thơ Anh
Và Em
và Thánh Thần
Và men
tình,
ôi
A…
MEN!

VÔ TỰA

cùng Lynh Phương, Hoàng, Vân Phi và Lệ Hằng

Ngày lại tới trong cơn mưa tỉnh lẻ
Mây lại về trên tiếng hát Vân Phi
Khi quanh Anh đêm phố nhỏ thầm thì
Từng âm cũ nghe thân quen như thể …

Như nụ cười trên môi ai trỗi nhạc
Hạnh phúc về khanh khách ở bên nhau
Cho thời gian quên dấu vết thương đau
Và nhức nhối xa xôi bay tan tác.

Bởi hôm nay vút cao tình bằng hữu
Trên phím đời từng nốt nhạc Lynh Phương
Nghe trong ta từng hơi thở phố phường
Đang gầy gió cho lòng anh dông bão

Đâu cần phải xa hoa kia làm cảnh
Cũng chẳng cần phải dựa thú đau thương
Tình đôi ta trong giây phút rất thường
Trên hạ giới đã cùng em chắp cánh!

San Jose Sep. 12th 2010

MƠ ƯỚC

Tôi mơ gấp bài thơ
Thành con thuyền thương nhớ
Theo dấu những cơn mưa
Trôi về con phố nhỏ
Thăm lại những ngày xưa.

Những giọt nhớ bốc hơi
Từ lòng Đại dương tôi
Theo mây về gặp Đất
Dẫn lối cho thuyền bơi

Mưa Phùn trên Paris
Bụi mờ như chia ly
Hay Gió khô Cali
Làm ráo hoảnh bờ mi
Không đủ lướt Thuyền đi
Ước gì Em vẫn thế
Như thuở ấy, đôi khi!

Trong đêm tối vấn vương
Mưa nặng hạt ly hương
Thuyền chông chênh gió lộng
Mây bi ai tư tưởng
Trên suối tóc vô phương
Trăm năm này mất hướng

Ước gì mai sông lũ
Thênh thang hạnh phúc về!

Anh mong hạt mưa sa
Những ngày chan chứa nắng
Trên quê hương câm lặng
Nhưng mưa còn đi vắng
Cho thuyền Anh mắc cạn
Trong sa mạc hồn Ta.

Ước gì quê hương tôi
Không bao giờ mất nước!

.

Nhung nhớ từ Xa xôi
Theo mây vào quá khứ
Làm mưa trên lối cũ
Phượng vẫn thắm đôi môi?
Người xưa ơi! đâu rồi?

Ước gì dòng chữ viết
Không có dấu chia phôi!

Mưa vẫn rơi quanh đây
Trên quê hương tị nạn
Những Bidong nhàm chán
Cuốn trôi những tháng ngày.

Ước gì mưa không rơi
Trong mắt Em ngày mới!
Anh thôi phải làm thơ
Gấp thành thuyền thương nhớ…

Em nghiêng vai áo mát khoảng lụa là
Tóc theo người lơi lả ở chung quanh
Có bồng bềnh như hơi hướng trong Anh
Đang âu yếm trong mắt ai như đã ...

Đã muốn hết nhưng người không chịu hết
Sợ bắt đền, sợ dỗi nữa... mà thôi!
Sợ muôn điều hay chỉ mỗi Em Tôi?
Hay Em muốn văn chương đầy tha thiết?

Nên đã biết một điều Em, Anh biết,
Dòng đam mê dậy sóng vỗ tràn bờ
Nên vẫn viết một điều Em, Anh viết
Ngôn từ nào đang vất vả cùng thơ?

Ngày rất sáng hôm nay vui thức giấc
Hồn mênh mông theo cụm khói vô ngần
Em có biết cây che vườn rất mát
Cho nhung nhớ mang Ai đến thật gần!

Sáng nay 6-4-97

Ngoài Ba Mươi Tuổi

Đứng mơ làn khói…
Ngỡ mong manh

Trời cao?
Thấy bóng đổ ngông nghênh!

Sự nghiệp còn đây trưa nắng chói
Hoa đang nụ ướm, lá đang xanh

Ngoài ba mươi tuổi, duyên còn, hết?
Một ván cờ đâu ngã ngũ anh?

Sao khóc đời nhau bên bấc lụi?
Chữ đang còn nghĩa đấu và tranh!

Ngoài 30 tuổi, tiếp Vũ Hoàng Chương
Los Angeles, 3/87, Phạm Vũ chuẩn,
nhân đọc "Ta đợi Em từ 30 năm"

Thơ Trên San Jose

Trụ trì trí nhớ mênh mông
Lung tung
tư tưởng viễn vông
cõi này.
Để xem
cuối đáy một ngày
Bao nhiêu ước mộng
bàn tay vơ vào!

Ước chi tóc lụa má đào
Nói Ra không được
Lặng vào thinh không!

Thì ra trong cõi ngóng trông
Hai con mắt ướt cho lòng nở hoa
Hương xưa thơm ngát người ta
Cho anh đứng ngẩn người ra một thời
Để mai trong cõi xa vời
Còn nghe văng vẳng lời mời cố nhân.

Lựa Cá

Hai tay chắp sau lưng
Cúi nhìn đàn cá lội
Con này đẹp quá chừng,
Giữ!
Con đen đủi, Thôi!

Tay cầm vợt ra ao,
Quơ qua quơ lại chơi
Một đám cá loi nhoi
Nhẩy lung tung nhốn nháo!

Mắt nhìn trong cái vợt
Con này con kia... Hớt
Tay liên hồi thoăn thoắt
Định mệnh trong nháy mắt!

Lòng khoan khoái thú chơi
Đãi lọc đúng theo sách,
Ta thấy Mình cũng hách,
Rõ một thứ ông Trời!

Lòng bồi hồi bất chợt
Dường như ai cũng phất
Cờ Bi-Đông, Hồng-Kông,
Trông xa, như... cái vợt!

Ông Trời cao, Thời nhất
Thấy ông Mỹ khật khà,
Ngắm nghía phố Bolsa,
Gật gù,
Trông như... thật!

Laguna Hills, Mùa cá sinh sản, 8/91

xuân vũ

Trời tí tách trên mái hiên ngày mới
Thức tăm tư đang ngái giấc muộn màng
Đất mở mắt nhìn ngày không nắng tới
Mây quanh đây che mất chỗ Em nằm

Mưa vỡ nát trên Anh từng hạt nhớ
Động lòng cây ủ lại nụ hoa mơ
Đời bỗng chốc ngàn năm về một lúc
Cuốn hồn Anh từng da diết vỡ bờ,

Đồi núi ấy dang tay gom góp gió
Ngả nghiêng Anh say mê ấy bão bùng
Miên man thổi cho lòng nhau dậy sóng
Cánh buồm thơ no gió đến vô cùng

Hình như thể phong ba và bão tố
Đã hùa nhau kéo cả Đại dương về
Ngập trong Anh luống cày thương yêu cũ
Cho muôn trùng nẩy lại hạt đam mê!

Lại một ngày mưa
Cho M. N,, Cali 3/94

Sáng Nay

Sáng nay mở mắt
Lòng ngái bình minh
Hừng Đông réo rắt
Tình cuộn quanh tình!

Tiếng Thu lành lạnh
Se nhẹ lá khô
Trên vai mơ hồ
Mắt biếc long lanh

Sợi khói mong manh
Trên triền mái cũ
Tiếng chim Anh Vũ
Ríu rít đầu cành

Mây giăng trắng xứ
Bạch nhật giao tranh
Hồn Ai nở nụ
Tiểu muội vào Thu

Thầm thì Yến Oanh
Vỡ tan Phạm Vũ!

Vancouver 09/95

Đoạn

Âm thanh dữ cứa ngang ngày mới lớn,
Nét ngài xưa còn gợn sóng năm dài
Tình biên giới, lòng ai còn năm ngoái
Phố trong Anh cúp điện phút giây hờn.

Cây đơm lá phơi cành hanh nắng quái,
Chút âm u rơi rớt khúc quanh đời
Trời đi vắng nên địa đàng vời vợi
Hạnh phúc co ro mê lả mệt nhoài

Anh cất bước
Hồn loanh quanh chữ nghĩa
Kỷ niệm Em
như đá vấp chân người
Hai chúng ta hờ hững ngón chia lìa
Hôm nay mất cho ngày mai tay với!

cuối Sáu, 25/96

cùng anh Kỳ và Đức

PHỤ LỤC

một số bài Thơ Phạm Vũ được phổ nhạc
từ quý thân hữu Nhạc sĩ:

Từ Công Phụng

Trần Quang Lộc

Trần Duy Đức

Ngô Càn Chiếu

Nguyễn Kế Khuyến

Tranh Đinh Trường Chinh

Đừng Vội Mưa Mau

Thơ Phạm Vũ
Nhạc Từ Công Phụng

Portland 1995.

Cảm Tạ

Thơ Phạm Vũ
Nhạc Trần Quang Lộc

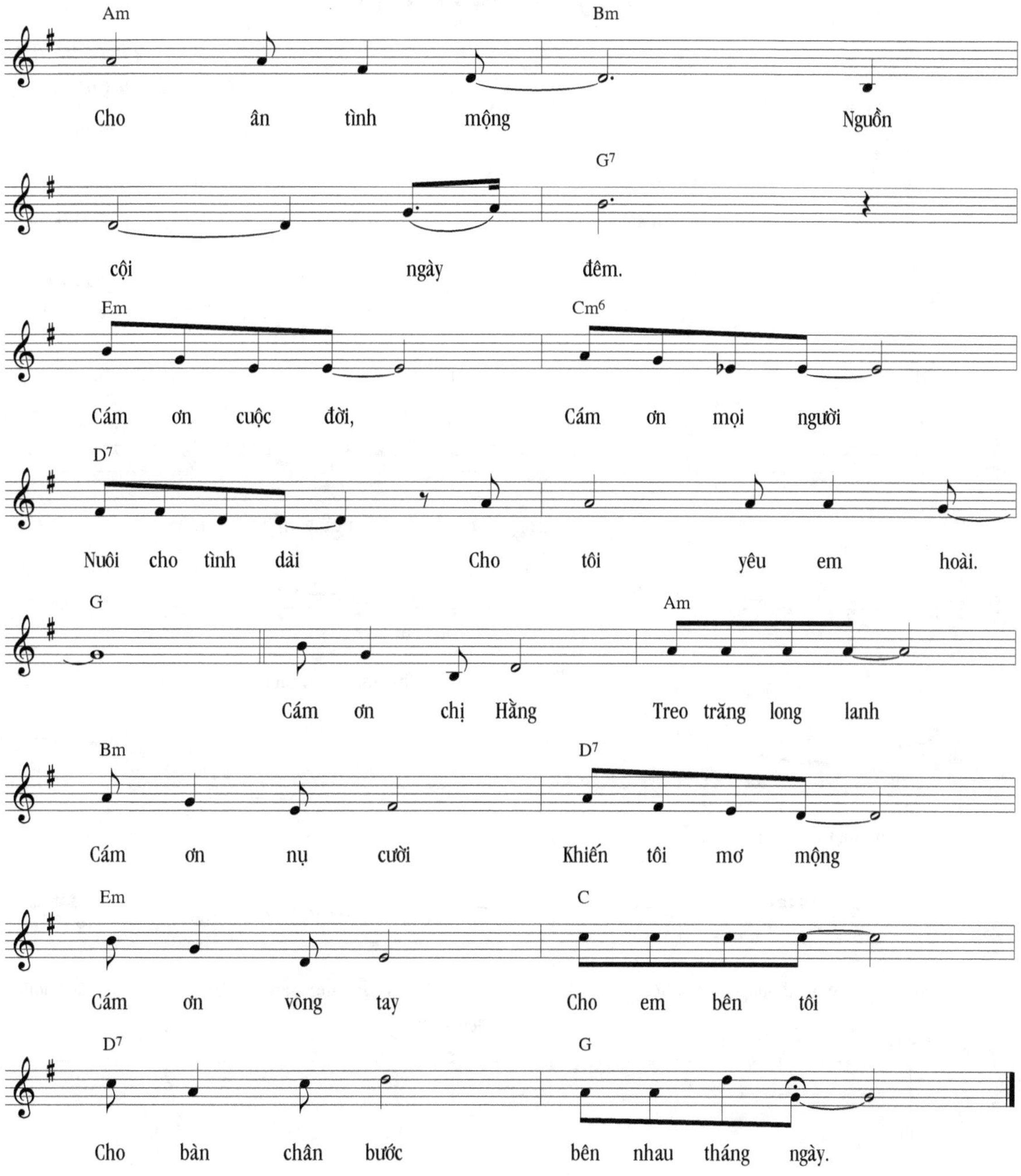
Am Bm
Cho ân tình mộng Nguồn
G7
cội ngày đêm.
Em Cm6
Cám ơn cuộc đời, Cám ơn mọi người
D7
Nuôi cho tình dài Cho tôi yêu em hoài.
G Am
Cám ơn chị Hằng Treo trăng long lanh
Bm D7
Cám ơn nụ cười Khiến tôi mơ mộng
Em C
Cám ơn vòng tay Cho em bên tôi
D7 G
Cho bàn chân bước bên nhau tháng ngày.

Vọng Người

Thơ Phạm Vũ
Nhạc Trần Quang Lộc

F♯m A7 D
Nhân loại người trùng điệp.
A E
Chỉ gió gom mây dệt mộng vờ.
A C♯m F♯m
Thiên thu sinh động Trường giang
D Bm E
cuốn. Ngàn năm dằng dặc
A poco rall... F
(Hát nói thơ)
bóng hình riêng. Thương em ngụp
Asus4 D Am
lặn cõi buồn... Nghe thi tửu (ứ...) tràn
E7 Am6
tuôn nỗi sầu.

Cố Quận

Thơ Phạm Vũ
Nhạc Trần Duy Đức

Cố Quận trang 2

 Santa Ana, California, 1996.

Hố Tình

Thơ Phạm Vũ
Nhạc Trần Duy Đức

Moderately bright
(Nhịp vui)

Santa Ana, California, 04/1997.

Quá Vội

Thơ Phạm Vũ
Nhạc Trần Duy Đức

Quá Vội page 2

Santa Ana, California ngày 25/11/2019

Thua Tình

Thơ Phạm Vũ
Nhạc Ngô Càn Chiếu

Dm7 G C
nhân không nhìn, không nhận, không biết, không quen Ta xa tình
Em Dm F
nhân không tìm, không kiếm, không cười, không khóc, không nhớ, không nhung tình nhân càng
G G7 C
gần Ta vất tình nhân vào trong bóng
G
tối Nhưng ngày nắng về bóng đuổi theo chân
C G6 G
Ta hâm tình nhân bằng một ngọn lửa Nên trà chợt
G7 C
nóng sốt bỏng trong thân.

Hai Mùa

Thơ Phạm Vũ
Nhạc Nguyễn Kế Khuyến

lá về ủ - rũ Lặng trên cỏ cần
cù? Em đừng trách mùa Đông Khi
chiều về lạnh trống Mây lại đứng vời
trông Áo tiểu thư linh động Em
đừng trách những mùa Thu Đông úa Xuân Hạ
tàn Mà chẳng bảo gì nhau Cây
còn ngả nghiêng đời Chi huống nữa trong
Rall...
tim anh Chỉ mưa nắng HAI MÙA.

Tranh Đinh Trường Chinh

CẢM NHẬN

Khi Thơ Là Một Giấc Mộng Tỉnh

VŨ ĐÌNH TRỌNG

Cảm nhận khi đọc Thơ Toàn Tập Thập niên 70's - 90's của Phạm Vũ

Phạm Vũ làm thơ để tỉnh giữa cơn mộng đời.

Từ ***Yêu Yêu*** đến ***Thơ Ở Mỹ***, năm thi tập của ông như năm mùa đi qua một đời người: bắt đầu bằng đắm say, đi qua khổ đau và tan vỡ, rồi dừng lại trong sự bình yên của nhận thức. Ở mỗi giai đoạn, tình yêu mang một gương mặt khác, khi là ngọn lửa cháy bỏng, khi là giọt sương mong manh, khi là hơi thở vô vi. Nhưng dù là bất cứ hình tướng nào, tất cả cuối cùng đều dẫn về chữ Hiểu!

Hiểu tình, hiểu người, và hiểu chính mình.

Thi tập I - *Yêu Yêu:* Khi Yêu Còn Là Một Phép Tu

Thi tập mở đầu như một vết xước đẹp đẽ của thời thanh xuân, khi một chàng trai Việt Nam tuổi đôi mươi rời quê hương, mang theo chỉ một nỗi nhớ mơ hồ và trái tim còn nguyên tiếng thở của Sài Gòn trước cơn bão dông.

Những dòng thơ đầu tiên của ông - *"Vì Em mà viết / Vì Anh mà thành / Quanh năm cơm tháng cuộc tình / Vì Ta hết sẩy / Chúng mình khó khăn!"* - vừa ngây ngô vừa duyên dáng, như tiếng hồn nhiên của buổi đầu biết yêu.

Nhưng ẩn sâu trong sự vụng về ấy là tiếng nói thâm trầm của một thế hệ bị xé đôi giữa quê hương và xứ người, giữa lý tưởng và tình cảm, giữa sống và tồn tại. Thơ tình Phạm Vũ không chỉ kể chuyện yêu, mà kể chuyện đi - đi ra khỏi quê, đi vào lòng người, đi trong mịt mù vô định của tuổi trẻ lạc lối.

"Anh đi qua dòng sông / Sông vật vờ trong mơ / Sông quanh co nỗi nhớ / Đầy một lòng mênh mông."

Có những bài thơ viết như nhật ký, có bài lại như lời cầu nguyện. Như ở *Kinh Tình*, ông thì thầm như kẻ thú tội nhẹ nhàng: *"Anh xin Phật từ bi / Vì Em mà hỉ xả... Anh xin Chúa nhân từ / Cho Anh hai tay rộng..."*. Tình yêu trở thành một phép tu: yêu không phải để chiếm hữu, mà để ngộ về bản thân, về tha nhân, hiểu về lẽ mất-còn.

Từ *Mai Em Lấy Chồng* đến *Tự Tình Ca*, ta thấy ông đi qua nhiều kiếp tâm tư, từ kẻ si mê đến người tỉnh thức, từ người đắm đuối trong nhan sắc đến người nhìn thấy tánh của tình.

"Đời như ngưu ẩm / chung một bình trà."

Một câu nói đủ khiến ta phải dừng lại suy ngẫm: hóa ra, mọi cuộc đời đều đang cùng uống chung một chén vô thường! Tình yêu trong Yêu Yêu không chỉ là giữa hai người, mà là sự hòa nhập giữa "Anh" và "Em" thành một "Ta", rồi tan vào Đời. *"Tóc Em dài Anh vướng phải tình yêu."* Chữ "vướng" ở đây cũng có thể hiểu là "ngộ".

Chợt nhớ, trong thiền tính, giác ngộ đôi khi đến từ chính cái vướng mắc trong lòng.

II. Thi tập II - *Giấc Mộng Đời*: Hành Trình Đi Qua Chính Mình

Giấc Mộng Đời là một dòng sông chảy qua giữa hai bờ ký ức và mộng tưởng, nơi thi sĩ vừa sống trong mộng vừa tỉnh, vừa yêu cuồng nhiệt vừa chân thành sám hối. Ngay từ những câu mở đầu, Phạm Vũ đã bày tỏ một ước vọng giản dị mà bao la:

"Tôi muốn viết một bài thơ / Có hoa, có nắng, mộng mơ / cho người..."

Cái "muốn viết" đó, không chỉ là hành vi, mà là một cách tồn tại bằng lời, bằng cảm xúc, như thể nếu không viết, Đời sẽ cạn khô.

Thời gian trong *Giấc Mộng Đời* cũng lạ lẫm. Nó không trôi đi, mà "ngồi lại". Nó có hơi thở, có sắc hương, có cả sự mỏi mệt: *"Nghe trong tiếng thở bao ngần phôi pha."* Cái "tiếng thở" ấy, có lẽ là tiếng của chính tác giả, một người đi qua hết những hoan lạc và tan vỡ, để rồi hiểu rằng Đời không đo bằng năm tháng, mà bằng độ sâu lắng của tâm hồn.

Phần bi tráng nhất là khi Phạm Vũ mô tả chiến tranh trần trụi:

"Người tình có dáng thật xinh / Nhưng trong thân xác / Đạn / Mìn / Bom bi!!"

Ba chữ đặt thẳng đứng như ba nhát chém. Không nhạc tính, không vần điệu, chỉ còn nhịp gãy, đổ vỡ và sự trần trụi đến nghẹt thở. Người tình của anh, hay chính Đất nước anh, mang trên thân thể những vết thương không bao giờ lành. *"Thân anh loang lổ đạn đời / Đoạn trường bom nổ những lời em ru..."* Đây là một trong những câu thơ đẹp mà đau nhất, khi đạn bom không chỉ phá thân thể, mà phá luôn giấc mơ và ký ức.

Thế nhưng, sau tất cả khói lửa, Phạm Vũ tìm thấy lòng từ bi giữa địa ngục:

"Bàn tay ai bẫy lao tù / Rúm thân anh học chữ: / 'Từ bi em!' "

Cái "rúm thân" ấy là thân phận của một kẻ đã chịu đủ đòn roi, cay đắng, khổ đau. Nhưng thay vì thù hận, ông học chữ Từ bi. Học từ em, từ người tình, người tình cũng là quê hương, là niềm thương sót sau cùng.

Giấc Mộng Đời là tiếng thở dài của một kiếp người bị cuốn vào vòng xoáy lịch sử. Nhịp thơ luân phiên giữa mộng ảo và thực tại, từ *"Tim anh mặc áo mây trời"* đến *"học chữ Từ bi"* là hành trình tỉnh thức đầy chất người.

III. Thi tập III - *Mắt Tình*: Chiêm Nghiệm Để Trở Về Cõi An Nhiên

Mắt Tình đặt người đọc vào nơi có những nỗi đau thế sự và niềm riêng tan tác, để được chiêm nghiệm bằng một con mắt vừa sâu lắng vừa đầy nhân ái. Tập thơ mở ra bằng những rung động thảng thốt từ nỗi đau chiến cuộc và chia lìa.

Nỗi đau không chỉ dừng lại ở cảnh vật, mà lan vào tình người, vào những điều thiêng liêng: *"Sử tổ tiên / Lăn lóc góc học đường."* Một hình ảnh bi thương đến não lòng.

Với anh, tình yêu đôi lứa luôn song hành với nỗi đau quốc gia. Trong mỗi giấc mơ tìm người thương lại thấy *"giàn đại pháo,"* như thể sự chia xa đã trở thành định mệnh của kẻ ly loạn.

Dù chất chứa nhiều ngang trái, nhưng *Mắt Tình* lại mang một dòng chảy nhẹ nhàng, hướng đến sự an nhiên từ bên trong. Sự sâu lắng thể hiện qua cách chấp nhận nỗi đau như một phần của lẽ vô thường: *"Cũng là chuyện nắng mưa từ kim cổ / Đời ngâm nga chén rượu tiễn quên người."*

Thậm chí, trong nỗi niềm tuyệt vọng nhất, anh vẫn giữ lại sự trọn vẹn của tình người và lý tưởng: *"Dù biết rằng / Đời còn trăm nỗi xót xa / Biết rằng / Ta / Còn cả đời quật khởi."* Những câu thơ ấy là tinh thần thẳm sâu, là sự kiêu hãnh trong đợi chờ và hy vọng.

IV. Thi tập IV - *Hố Tình*: Dấu Ấn Của Tha Hương

Nếu *Mắt Tình* là bản giao hưởng trầm buồn nhưng không tuyệt vọng, là sự chiêm nghiệm giữa cõi đời tan tác để tìm về một cõi thủy chung và an nhiên từ trong tim, thì ***Hố Tình*** tựa như một nơi Tình và Đời giao thoa, tạo nên một "hố sâu" thăm thẳm của yêu thương và chia lìa.

Đó là tiếng lòng của một người đã trải qua muôn vàn đau thương, nhưng vẫn giữ được sự thủy chung trong tận cùng của nỗi cô đơn.

Ngay từ phần Tựa và Nhập, thi sĩ đã đặt ra câu hỏi muôn thuở: *"Sống làm sao / để cho / vừa lòng nhau?"* Đây là một sự nhận thức sâu sắc về bản chất hữu hạn của nhân sinh. Sự nhẹ nhàng nhưng thâm trầm thể hiện qua sự tỉnh thức: *"Ngày với tháng / Là hao mòn tuổi trẻ,"* và đỉnh điểm của sự suy tư là khi *"nỗi nhớ bạc đầu câu kinh kệ."* Nỗi nhớ đã đạt đến độ thiền định, trở thành một thứ niệm thâm sâu.

Cái *"Hố Tình"* không chỉ là ẩn dụ về sự tan vỡ, mà còn là một điểm dừng để nhìn lại mọi đam mê và sai lầm.

"Thế cũng thà / Rơi xuống vực thương yêu / Cũng đành vậy / Ngập sâu / cho vẹn nghĩa!"

Đó chẳng phải là thủy chung đến tận cùng, chấp nhận hố sâu để giữ lấy nghĩa tình sao?

Cuối cùng, Thi Ca trở thành nơi nương náu cuối cùng, là minh chứng cho một thời đã sống và đã yêu: *"Ta Em / Còn lại một nơi: / Thi Ca / Để nhớ một thời nên thơ!" (Ta, Em và Thơ)*. Thế nên, *Hố Tình* là một dòng chảy êm đềm nhưng mạnh mẽ của lòng trắc ẩn, phảng phất triết lý dừng lại và nhìn sâu của Thiền định.

V. Thi tập V - *Thơ Ở Mỹ*: Sự Tái Sinh Của Tình Yêu

Thơ Ở Mỹ là những mảnh hồn được gieo cấy giữa xứ sở xa xôi, nơi thi sĩ dùng Tình Yêu làm chiếc neo để giữ lại căn cước và nhân tính. Tập thơ là sự đối thoại giữa cái tôi tha hương, luôn nhìn về "thuở trước," và sự vội vã của đời sống hiện tại, nhưng tất cả được xoa dịu bằng cái nhìn bao dung và sâu lắng.

Mạch thơ bắt đầu với sự bàng bạc của cõi vô thường: *"Ngoài kia Thiên hạ: nghìn con nước / Chảy quanh đời bằng vạn tiếng nhởn nhơ."* Trong cái ồn ào ấy, Phạm Vũ chọn cách nhìn sâu vào bên trong, để thấy Đời là *"chuyển ước của Mơ" (Mở).*

Sự nhận thức về tính không của thời gian thể hiện qua câu hỏi thâm trầm trong *Quá Vội*: *"Vội vàng ư? / Năm tháng có bao giờ?"* Nỗi chia ly trong *Mai Anh Đi* cũng không mang sắc thái tuyệt vọng, mà là một sự chấp nhận êm đềm. Ngay cả nỗi buồn cũng *"rũ rượi cười"* - một nụ cười sâu lắng của người đã hiểu rằng mọi sự chia ly đều là một phần của lẽ vô thường.

Cái đẹp của *Thơ Ở Mỹ* nằm ở sự nhân ái và cách tác giả chiêm nghiệm về những điều bình dị nơi đất khách. Đặc biệt, bài *Mười Điều Răn Em* thể hiện một cái nhìn hài hước nhưng yêu thương vô bờ bến đối với người phụ nữ. Kết thúc là sự tôn thờ văn hóa và tình người: *"Anh chỉ có một q... (tự ý đục bỏ) / duy nhất và sau cùng là được gọi em là Em, với tất cả ý nghĩa sâu xa và đơn thuần nhất của ngôn từ Việt ngữ."* Đó là sự khiêm nhường và trân trọng tình yêu tuyệt đối.

Tập thơ lồng ghép hơi thở Thiền về sự hồi sinh và bản chất của tình yêu, như trong *Bài Thơ Không Vận*, Phạm Vũ nhận ra tình yêu không chỉ là *"xác thân cuồng nhiệt,"* mà là *"Một cây-hồn-anh đang đâm chồi nẩy mộng."* Tình yêu trở thành một hạt giống tâm linh, lớn mạnh qua rạn nứt của xác thân, mang đến bóng mát cho đôi lứa. Đó là sự vô ngã và tái sinh của cảm xúc.

Lời Kết: Hành Trình Từ Yêu Đến Ngộ

Sau cùng, đọc trọn vẹn ***Thơ Toàn Tập*** của Phạm Vũ là hoàn tất một hành trình tâm thức vô cùng ý nghĩa. Thi sĩ đã dùng cuộc đời mình - với mọi đắm say và tan vỡ, mọi hạnh phúc và đoạn trường - để khắc họa nên một chân lý giản dị nhưng kỳ vĩ: Tình Yêu chính là con đường dẫn đến sự Tỉnh Thức.

Năm thi tập, từ tiếng thở gấp gáp của tuổi trẻ ***(Yêu Yêu)*** đến những câu thơ thâm trầm của người đã an nhiên trên đất lạ ***(Thơ Ở Mỹ)***, tất cả đều cho thấy một sự biến đổi tâm thức không ngừng. Ông đã không tìm kiếm chốn thiền ở nơi non cao hay cửa Phật, mà chọn thiền định ngay giữa thế gian hỗn độn, giữa những vết thương của chiến tranh và sự chia lìa của thân phận.

Tình Người, trong thơ Phạm Vũ, không chỉ là duyên nợ mà là hương vị của sự giác ngộ. Mỗi lần yêu, mỗi lần mất mát, mỗi lần viết, là một lần ông quay về với bản thể của mình, chấp nhận mọi sự vô thường của đời sống.

Giấc mộng tình của Phạm Vũ đã tỉnh giấc, để lại cho người đọc những vần thơ như những chân ngôn về lòng trắc ẩn và sự thủy chung đến tận cùng, ngay cả khi mọi thứ đã thành mây khói.

"Ta em còn lại một nơi: / Thi Ca để nhớ một thời nên thơ."

Hãy giữ lại những vần thơ này như một lời nhắc nhở rằng, nơi sâu thẳm nhất của Đoạn trường, vẫn luôn có một cõi An Nhiên đang chờ đợi./.

Vũ Đình Trọng

[Mùa Lễ Tạ ơn, 26 tháng 11, 2025]

VŨ ĐÌNH TRỌNG
qua nét bút Họa sĩ Triệu Sơn

Nhà báo **Vũ Đình Trọng**

Cầm bút từ năm 2004 tại Nhật báo Người Việt. Sau đó rong chơi qua nhật báo Viet Herald, Sống Magazine. Đời có lúc lên voi ngồi ngắm thiên hạ, cũng có lúc dắt chó đi rong... Cuối cùng bị bắt bỏ bút tại Saigon Nhỏ.
Giờ tiếp tục rong chơi cùng bạn bè, thích viết gì viết nấy. Hoan lạc kể từ đây.

Tranh Đinh Trường Chinh

MỤC LỤC

Yêu Yêu • *Thi Tập I*
thơ 1970-80 / Saigon-Paris - 9

Mắt Tình • *Thi Tập III*
thơ 75's - 85's / viết cho quê hương tôi - 147

Hố Tình • *Thi Tập IV*
thơ Paris 1984 - trg.193

Thơ ở Mỹ • *Thi Tập V*
thập niên 90's - trg. 265

PHỤ LỤC

Thơ Phạm Vũ được phổ nhạc
từ Nhạc sĩ thân hữu

CẢM NHẬN

www.ingramcontent.com/pod-product-compliance
Lightning Source LLC
LaVergne TN
LVHW082205051026
849532LV00012B/3685
9798295428647